நிழல்முற்றம்

நிழல்முற்றம்

பெருமாள்முருகன் (பி. 1966)

படைப்புத் துறைகளில் இயங்கிவருபவர். அகராதியியல், பதிப்பியல், மூலபாடவியல் ஆகிய கல்விப்புலத் துறைகளிலும் ஈடுபாடுள்ளவர்.

2023ஆம் ஆண்டுக்கான 'பன்னாட்டுப் புக்கர் விருது' நெடும் பட்டியலில் 'பூக்குழி' நாவலின் ஆங்கில மொழிபெயர்ப்பு 'Pyre' இடம்பெற்றது. இவரது 'ஆளண்டாப் பட்சி' நாவலின் ஆங்கில மொழிபெயர்ப்பான 'Fire Bird' நூலுக்கு 2023ஆம் ஆண்டு ஜேசிபி இலக்கியப் பரிசு வழங்கப்பட்டது.

பெருமாள்முருகனின் பிற நூல்கள்
(காலச்சுவடு வெளியீடு)

நாவல்
- ஏறுவெயில்
- கூளமாதாரி
- கங்கணம்
- மாதொருபாகன்
- ஆளண்டாப் பட்சி
- பூக்குழி
- ஆலவாயன்
- அர்த்தநாரி
- பூனாச்சி அல்லது ஒரு வெள்ளாட்டின் கதை
- கழிமுகம்
- நெடுநேரம்

சிறுகதை
- பெருமாள்முருகன் சிறுகதைகள் (1988 – 2015)
- சேத்துமான் கதைகள்
- மாயம்
- வேல்!

கவிதைகள்
- மயானத்தில் நிற்கும் மரம்
- கோழையின் பாடல்கள்

கட்டுரைகள்
- துயரமும் துயர நிமித்தமும்
- கரித்தாள் தெரியவில்லையா தம்பீ...
- பதிப்புகள் மறுபதிப்புகள்
- வான்குருவியின் கூடு (தனிப்பாடல் அனுபவங்கள்)
- கெட்ட வார்த்தை பேசுவோம்
- ஆர். ஷண்முகசுந்தரத்தின் படைப்பாளுமை
- நிழல்முற்றத்து நினைவுகள்
- நிலமும் நிழலும்
- தோன்றாத் துணை
- மனதில் நிற்கும் மாணவர்கள்
- மயிர்தான் பிரச்சினையா?
- அப்படியெல்லாம் மனசு புண்படக்கூடாது

பதிப்புகள்
- சாதியும் நானும் (அனுபவக் கட்டுரைகள்)
- கு.ப.ரா. சிறுகதைகள் (முழுத் தொகுப்பு)
- கருவளையும் கையும்: கு.ப.ரா. கவிதைகள்

தொகுத்தவை
- உடைந்த மனோதரங்கள்
- பிரம்மாண்டமும் ஒச்சமும்
- பறவைகளும் வேடந்தாங்கலும் – மா. கிருஷ்ணன்
- உ.வே.சா. பன்முக ஆளுமையின் பேருருவம் (கட்டுரைகள்)
- தீட்டுத்துணி – சி.என். அண்ணாத்துரை (தேர்ந்தெடுத்த சிறுகதைகள்)
- கூடுசாலை – சி.சு. செல்லப்பா (கிளாசிக் சிறுகதைகள்)

பெருமாள்முருகன்

நிழல்முற்றம்

காலச்சுவடு பதிப்பகம்

● அன்பார்ந்த வாசகருக்கு,

வணக்கம்.

காலச்சுவடு நூலை வாங்கியமைக்கு நன்றி.

நூலின் உள்ளடக்கம், உருவாக்கம், அட்டைப்படம் இன்ன பிற அம்சங்கள் பற்றிய உங்கள் கருத்துகளையும் ஆலோசனைகளையும் காலச்சுவடு வரவேற்கிறது. தகவல், எழுத்து, வாக்கியப் பிழைகள் தென்பட்டால் அவசியம் தெரிவித்து உதவுங்கள். நூல் தயாரிப்பில் கடும் குறைபாடு இருப்பின் மாற்றுப் பிரதி உங்களுக்குக் கிடைக்கக் காலச்சுவடு ஏற்பாடு செய்யும்.

மின்னஞ்சல்: publisher@kalachuvadu.com

காலச்சுவடு நாகர்கோவில் அலுவலகத்திற்குக் கடிதம் அனுப்பலாம்.

தங்கள்
எஸ்.ஆர். சுந்தரம் (கண்ணன்)
பதிப்பாளர் – நிர்வாக இயக்குநர்

நிழல்முற்றம் ◆ நாவல் ◆ ஆசிரியர்: பெருமாள்முருகன் ◆ © பெருமாள்முருகன் ◆ முதல் பதிப்பு: டிசம்பர் 1993, காலச்சுவடு முதல் பதிப்பு: ஜூலை 2005, திருத்தப்பட்ட நான்காம் பதிப்பு: டிசம்பர் 2016, மேம்படுத்திய பதிமூன்றாம் பதிப்பு: செப்டம்பர் 2024 ◆ வெளியீடு: காலச்சுவடு பப்ளிகேஷன்ஸ் (பி) லிட்., 669 கே. பி. சாலை, நாகர்கோவில் 629001

nizalmuRRam ◆ Novel ◆ PerumalMurugan ◆ © PerumalMurugan ◆ Language: Tamil ◆ First Edition: December 1993, Kalachuvadu First Edition: July 2005, Revised Fourth Edition: December 2016, Enhanced Thirteenth Edition: September 2024 ◆ Size: Demy 1 x 8 ◆ Paper: 18.6 kg maplitho ◆ Pages: 144

Published by Kalachuvadu Publications Pvt. Ltd., 669 K.P. Road, Nagercoil 629001, India ◆ Phone: 91-4652-278525 ◆ e-mail: publications@kalachuvadu.com ◆ Printed at Mani Offset, Chennai 600077

ISBN: 978-81-89359-12-6

09/2024/S.No.128, kcp.5277, 18.6 (13) 9ss

என் பால்யத்தில்
உடனிருந்து
வாழ்க்கையைக்
கற்றுக்கொடுத்த
தியேட்டர் நண்பர்களுக்கு...

"வேர்வை கசகசத்து உடல் நாறியது. சட்டையின் அழுக்கு உடலில் ஒட்டிப் பிசுபிசுத்தது. கால்களையும் கைகளையும் அகல விரித்துக்கொண்டான். வெயிலின் வெளிச்சம் கண்களைத் தட்டியது. புறங்கையால் மறைத்தான். லுங்கி இழுபடுகிற மாதிரி தெரிந்தது. இருந்தும் அப்படியே கிடந்தான். கெண்டைக்காலில் மறுபடியும் அந்தப் பனி கவ்வியது. உடல் அதிர வளைந்து நெளிந்து அதனை உள்வாங்கினான். விட்டு விட்டுச் சொட்டுகிற இலைநீராய் அது அவனைப் பரவசப்படுத்தியது. அதனை முழுக்கத் தன்னோடு அணைத்து இறுக்கிக்கொள்ள வேண்டும் போலிருந்தது. அந்த லயிப்பில் இருந்து விலகிக் கைகளை நகர்த்தவும் அவனால் முடியவில்லை. எத்தனையோ மெல்லிய பஞ்சுக் கயிறுகளால் தான் முழுக்கக் கட்டப்பட்டுக் கிடப்பதாகவே உணர்ந்தான். அவனின் நகக்கணுக்களில் அதிர்வுகள் கூடின. உடம்பின் ஏதேதோ இடங்கள் திடீர் திடீரென அதிர்ந்து எழுந்து அடங்கின. கண்களைத் திறந்து அந்த அதிசயத்தைக் கண்டுவிடுகிற துடிப்புக் கூடியது."

நூலிலிருந்து

முன்னுரை

அனைத்துக்கும் அடியில்

நாவல் என்கிற இலக்கிய வடிவத்தின் நோக்கம் மனித வாழ்வை முழுமையாகக் காட்டுவது. அதற்குப் பல்வேறு அர்த்தங்களை அளிப்பது. இடம், காலப் பின்னணிகளை ஒட்டுமொத்தத்தில் வைத்துப் பார்ப்பது. நாவலின் தனித்துவம் வாழ்வதற்கு நிகரான பிறிதொரு அனுபவத்தை உருவாக்க முடிவது. உண்மையைப் போல் தோன்றும் பிரதியாக எழுதப் படுவது. அது பல குரல்களை ஒலிக்கும் சுதந்திரத்தைக் கொண்டிருக்கிறது. தனக்குள் பெருமாற்றத்தை இயல்பாக நிகழ்த்திவிடுகிறது. அதற்கேற்ப விரிவும் நுண்மையும் கொள்கிறது. அப்போதே நாவல் அனைத்தையும் சுட்டிக்காட்டும் படிம வெளியாகிறது. எக்காலத்துக்கும் பொருத்தமுள்ளதாக மாறுகிறது.

'நிழல்முற்றம்' பெருமாள்முருகனின் இரண்டாவது நாவல். அது எழுதப்பட்டு இருபத்தைந்து ஆண்டுகளாகி, நவீன செவ்வியல் தன்மையை அடைந்துள்ளது. இன்றும் தற்கால வாசிப்புக்கு உகந்ததாக, ஏறக்குறைய ஒரு தலைமுறையைக் கடந்து வந்திருக்கிறது. அவருடைய முதல் நாவல் 'ஏறுவெயில்' நகர மயமாக்கலின் விளைவால் கிராமம் சார்ந்த குடும்ப அமைப்பின் சிதைவு, சுயநலம் பெருகிய மனித உறவுகளின் அழிவு ஆகியவற்றினூடாகச் சாதிய ஏற்றத்தாழ்வையும் சித்தரித்தது. 'நிழல்முற்றம்'

நாவலுக்குப் பிறகு பெருமாள்முருகன் பத்து நாவல்களைப் படைத்துள்ளார். சமூக யதார்த்தத்தை, அடித்தட்டு வாழ்வை, தவிர்க்க முடியாததாயிருக்கும் சீரழிவை அவர் தொடர்ந்து எழுதுவதை இந்தத் தொடக்க நாவல்கள் பெரிதும் தீர்மானித்திருக்கின்றன. அதனாலேயே அவருடைய அனைத்து நாவல்களும் மிகப் புகழ் வாய்ந்தவையாகவும் உலகின் பல மொழிகளில் மொழிபெயர்க்கப்படுபவை யாகவும் பல மதிப்புக்குரிய விருதுகளைப் பெற்றவையாகவும் விளங்கு கின்றன.

'ஏறுவெயில்' நாவலின் தொடர்ச்சியைப் போல் 'நிழல்முற்றம்' நாவலின் களம் சிற்றூரிலிருந்து நகர்ப்புறத்துக்கு இடம்பெயர்கிறது. பிறகு எழுதப்பட்ட நாவல்களில் பெரும் சர்ச்சைக்குள்ளான, 'மாதொருபாகன்' இறந்த காலத்துக்குத் திரும்புவதால் மீண்டும் கிராமியப் பின்புலத்தை அடைந்தது. அதன் யதார்த்தம் தாங்க முடியாததால்தான் சனாதனத்தால் கடுமையாக எதிர்க்கப்பட்டது. ஏனெனில் நாவலில் வெளிப்படையாகத் தெரியும் உண்மைதான் அதைச் சுட்டது. சமூக அவலங்களுக்குக் காரணமானதால் குற்றவுணர்வையும் அடைந்திருக்கும். எனவே வாசிப்பையே ஒடுக்கிவிட முயன்றது.

'நிழல்முற்றம்' நாவல், இன்னும் முழுவதும் நகராக வளர்ந்திராத இடத்தில் நிகழ்வது. அதனாலேயே அரைக் காலனிய, அரை நிலப்பிரபுத்துவ, அரை முதலாளித்துவப் பண்புகள் கலவையாகப் படிந்திருக்கின்றன. எதுவும் முதிர்ந்து வெடிக்கும் தறுவாயில் இல்லை. 'நிழல்முற்றம்' நம்மை ஆட்டிப்படைக்கும் திரைப்படங்களைக் காட்டும் திரையரங்கின் குறியீடு. புகைப்படங் களை நிழற்படம் என்பதால் அது திரையரங்குக்கு அமைந்த தூய பெயரும்கூட. அங்கிருந்துதான் அதிகாரமும் அரசியலும் பண்பாடும் புறப்பட்டு வந்து நம்மை ஆளுகின்றன. இந்த நாவலின் நோக்கம், வெண்திரையில் நிஜம்போல் தோன்றும் திரைப்படத்தைப் பற்றியதல்ல. அதை நிகழ்த்தும் பெரிய கலைஞர்களைக் காட்டுவதுமல்ல. நேரடியாகத் தயாரிப்பில் பங்குபெறும் தொழில் நுட்ப வல்லுநர்களை விவரிப்பதுமல்ல. அவற்றை நுகரும் பாவப்பட்ட பார்வையாளர்களைச் சித்தரிப்பதுமில்லை. திரைப் படத்துடன் துளியும் சம்பந்தப்படாத கடைநிலை ஊழியர்கள்மீது மட்டும்தான் இந்நாவலின் கரிசனம் படர்கிறது. திரைப்பட நிழல்கள் விழுந்தாடும் முற்றத்தை மட்டும்தான் நாவல் எடுத்துக்கொள்கிறது. மற்றவர்கள் இதற்கு ஒரு பொருட்டல்ல.

இந்த நாவல் முழுவதும் திரையரங்க அமைப்பால் வெளியேற்றப் பட்ட ஊழியனின் நினைவுகூர்தல் வழியாக நிகழ்கிறது. அல்லது, அந்த நிறுவனத்தால் நிராகரிக்கப்பட்ட முன்னாள் ரசிகனால்

சொல்லப்படுவதாக அமைகிறது. இப்போது அந்தக் கதைசொல்லி பங்கேற்பே இல்லாத வெறும் பார்வையாளன். கதையை வேறாக எழுதவோ மறைக்கவோ மாற்றவோ இயலாதவன். அவன் வறுமை, நோய்மை, போதை வாதைகளால் பாதிக்கப்பட்டுச் சாவை எதிர்நோக்கியிருக்கும் மீட்சியற்ற உடல். அதைப் போன்றும் ஒத்தவையும் இயங்குகின்ற வெளிதான் இந்த நாவல். அந்தப் பதின் வயதுச் சிறுவர்களின் எண்ணங்களும் செயல்களும் வியப்பூட்டும்படி ஏறக்குறைய ஒன்றாயிருக்கின்றன. அவர்கள் ஒரே வேலை செய்பவர்கள். திரைப்பட இடைவேளைகளிலும், முடிந்த பிற்பாடும், தொடங்கும் முன்னாலும், அழுக்கும் வெக்கையுமான இடத்தில் கிடக்கிறார்கள். ஒரே பரோட்டா உணவையே சாப்பிடுகிறார்கள். நிதர்சனத்தின் கொடுமையை மறக்கத் தவறாது மயக்க நிலையை நாடுகிறார்கள். கிணற்றில் குதித்து ஆசுவாசம் கொள்கிறார்கள். அவர்கள்தான் சமூக உதிரிகள் என்ற பெரிய அடைப்புக்குறிக்குள் வருபவர்கள்.

சத்திவேல், நடேசன், பூதன், வத்தன், சிங்கான், மணி, கணேசன் முதலிய சிறார்களின் வாழ்வை நாவல் தன் போக்கில் காட்டுகிறது. அவர்களின் பார்வையால் மட்டும் விரிகிறது. பிற வயதான பாத்திரங்கள் அகம், புறம் என்ற இரண்டு வாழ்க்கையிலிருந்தும் வெளியேற்றப்படுகிறார்கள். சிறுவர்களின் கண்கள் வழியாகத்தான் தந்தை, பாட்டி என அனைவரும் கூர்மையாக வெளிப்படுகிறார்கள். ஆசிரியரின் குரல் சிறுவர்களுடையதாகவே ஒலிக்கிறது. இது ஒருவகைப் பரிதாபமான "வயதடையும் நாவல்" எனலாம். மேல் தட்டு, நடுத்தர வர்க்கச் சிறார்கள் பருவத்தை அடையும் நாவல்களைப் படித்திருக்கிறோம். அந்த நாவல்களில் நாட்டின் சுதந்திரப் போராட்டப் பின்னணியில், குடும்ப உறவுச் சூழ்நிலையில், நட்பு வட்டச் சூழலில் அவர்கள் வளர்ந்து அதிர்ச்சியூட்டும் விதமாகத் தங்கள் பதின் பருவத்திலிருந்து முதிர்ச்சிக்குத் தூக்கியெறியப் பட்டுள்ளார்கள். '18 ஆவது அட்சக்கோடு', 'ரத்த உறவு' முதலிய சில நாவல்களை இதற்கு எடுத்துக்காட்டாகச் சொல்லலாம். பெருமாள்முருகனின் இந்த நாவலின் சிறுவர்களுக்கு அப்படியொரு இயல்பான பரிணாம வளர்ச்சி வாய்ப்பதில்லை. அவர்கள் இளமையில் வெம்பிப் பழுத்தவர்கள். பசி, காமம், வன்மம், நோய், போதை, உழைப்பு அனைத்தும் கொண்டவர்கள். அந்நியமான நிழலுலகில் உழல்பவர்கள். அங்கு அவர்கள் பிழைத்திருப்பதற்கு ஏற்ற திறனைச் சமூகம் கற்றுத் தருகிறது. கூட்டுழைப்பு, சுய நலம், வன்முறை, வஞ்சகம், களவு, சூது, தந்திரம் அனைத்தும் அவர்களுக்கு பால பாடம்.

இந்த நாவல் ஒருவகையில் திரைப்படத் துறையைப் பற்றியதுதான். முன்பு எழுதப்பட்டவைபோல் திரைப்பட நட்சத்திரங்களின்

நடவடிக்கைகளை, அதன் உருவாக்கத்தில் நேரடிப் பங்கு வகிப்பவர்களின் அல்லாட்டத்தை, ரசிகக் குஞ்சுகளின் வெறியைத் தெரிவிப்பதில்லை. மாறாக, திரைப்படத் துறை சார்ந்த திரையரங்கங்களின் உப விளைவுகளான கடைநிலை ஊழியர்களின் முழு வாழ்க்கையை விவரிக்கிறது. அதனால் மறைமுகமாக, முழுமுற்றான வணிகத் திரைப்படத் துறையின் விமரிசனமாக உருமாறுகிறது. அரங்கில் ஒளிரும் திரைபடக் காட்சிகளின் ஒரு துண்டும் காட்டப்படுவதில்லை. ஓரிடத்தில் மட்டும் தேவைக்கேற்பப் பாடல் அசைவுகள் கண்ணில்படுகின்றன, அவ்வளவுதான். அவற்றின் வசனங்கள் வெளியில்கூட ஒலிப்பதில்லை. திரையரங்கின் ஒளி, ஒலி மட்டுமல்ல; அதன் இயந்திரம்கூட வெளிப்படுவதில்லை. மாறாக, திரைப்படம் ஓடாத பொழுதின் நிலவொளி சிறுவனுக்கு ஆசுவாசமளிக்கிறது. மின்விசிறிகளில் கூடு கட்டி அங்குமிங்கும் சுதந்திரமாகப் பறக்கும் குருவிகள்கூட ரசிக்கப்படுகின்றன. மேலாளர், திரைப்பட முகவர், காவலாளி போன்றோர் சிறு துணைப் பாத்திரங்கள்தான். திரையரங்க உரிமையாளரும்கூடப் பேச்சில் மட்டும் வந்துபோகும் வெளியாள். அவர் இதுவரை ஒரு திரைப் படத்தைக்கூட முழுதாகப் பார்த்தவரில்லை. ரசிகர்கள், கூட்ட மனோபாவத்துடன் புகைமூட்டமாக மொத்தமாக வருகிறார்கள். முக்கியப் பாத்திரங்களை ஒட்டிய திரையரங்கின் சிறு குறு வியாபாரி களும் தனித்து இயங்குவதில்லை. அவர்களுக்கும் நாவலுக்குள் தனிப்பட்ட வாழ்வில்லை. சிறார்கள்தான் கதை மாந்தர்களாக விளங்குகிறார்கள். திரைப்படம் தொடர்பான நாவலில் யாரும் திரைப் படத்தையே பார்ப்பதில்லையென்பது அவல முரண். திரையரங்கைக் கட்டும் முதலாளிக்குத் திரைப்படம் என்றால் என்னவென்று தெரியாது. இவற்றால் நாவலின் நோக்கம் வெளிப்படையாகிறது.

இளைஞராவதன் தலைவாயிலிலுள்ள சிறுவர்கள் குடும்ப அமைப்பிலில்லாத உதிரிகள். அவர்களுக்கு முன், பின் வாழ்க்கை யில்லை. ஒருவனின் தாய், கணவனல்லாதவனுடன் ஓடிப்போனவள். இன்னொருவனின் தந்தை, அவனாலேயே வெறுத்து ஒதுக்கப்படும் தொழுநோயாளி. மற்றொருவனின் பாட்டி, தளர்ந்த மூதாட்டி. இவர்கள் குறைந்த சொற்களில் மிக அழுத்தமாக வரையப்படு கிறார்கள். சிறுவர்கள் அனைவரும் ஆழமான தழும்புகளைப் போன்ற கடந்த கால வாழ்வுள்ளவர்கள்தான். கஞ்சா போதை, வேலையில் ஆழ்தல் போன்றவற்றால் அவற்றை மறக்கவே முயலுகிறார்கள். தமக்குள்ளான சச்சரவுகளிலும் அவற்றை நினைவுபடுத்திக்கொள்ள முடியாதளவு அவை மோசமானவை. அதற்காகத் தங்களுக்குள் தாக்கிக்கொள்ளவும் தவறுவதில்லை. ஆனால், அவர்களுக்கு

இப்போதைய இருப்பு மட்டும்தான் நிஜமானது. எதிர்காலம் பற்றி நினைப்பதில்லை. அல்லது அது தெரிவதில்லை.

திரையரங்கின் நிலவறைகள் போன்ற படிக்கட்டுகளின் அடிப்பகுதி, உயர் விலைச்சீட்டு வழங்கும் கைவிடப்பட்ட கொட்டடி, நீண்ட வரிசைப் பாதை ஆகியவைதான் சிறார்கள் உறையுமிடங்கள். அங்கு இருட்டு, நோய்மை, அழுக்கு ஆகியவை அடைபட்டுள்ளன. அவர்கள் ஒன்றின் மேல் ஒன்றாக வெறும் உடல்களாகக் கிடக்கிறார்கள். போதையும் பாலியல் பிறழ்வும் வன்முறையும் சாதாரணம். இது புற உலகின் தேர்ந்த வகைமாதிரி. இதை விரித்தெடுத்தால் வெளியுலகின் பெரும்பான்மையான இருண்ட பாகம் கிடைக்கும். அவர்கள் இங்கிருந்து வந்துதான் மாயாஜாலமான திரைப்படத்தை மக்கள் காண ஏதுவாயிருக்கிறார்கள். அரை மயக்க நிலையில்தான் சமூக உறவும் கொள்கிறார்கள். சந்தைத் திடலில் காசு தேடி அலைகிறார்கள். போதைப் பொருட்களைப் பெறுகிறார்கள். மலிவான உணவு உண்கிறார்கள். அவர்களுக்கு வேறு சமூக நடவடிக்கைகள் வாய்ப்பதில்லை. பெரும்பாலான வெளியுலகத் தொடர்புகளைக் கொள்வது, திரையரங்கை நோக்கி வருபவர்களிடம்தான். அந்தப் பார்வையாளர்கள் மனிதர்களாயில்லாமல் வெற்றுக் கூட்டமாகக் காணப்படுகிறார்கள். போதையில் மயங்கியவர்கள், பாலியல் நுகர்வோர்கள், வெறும் பொழுதுபோக்கிகள்.

இந்த நாவல், இதில் உலவும் மாந்தர்களின் உடனிருந்து எழுதப் படுவது. அவர்களின் புறவயமான நடவடிக்கைகள் அனைத்தையும் தொடர்வது. திட்டவட்டமற்ற அவர்களின் ஒரு பகுதி வாழ்க்கையை நேரடியாகச் சொல்வது. அதன் வழியாக நம்முடைய பற்பல இளமைக் கதைகளையும் நினைவுபடுத்திக்கொள்ளலாம். நாவல் தனக்குத் தொடர்புடைய திரைப்படத் தொழில்நுட்பமான வெட்டி இணைக்கும் முறையைத் திறனுடன் கையாள்கிறது. முதல் காட்சி பின்னோக்கிக் காணும் தன்மையுடைய உத்தியாகும். அதிலிருந்து முழு நாவலும் அருகமைக் கோணத்தில் விரிகிறது. தூரத்துப் பார்வையே கிடையாது. எனவே ஒவ்வொன்றும் துல்லிய மாகத் துலங்குகிறது. தன் கண்ணில் படாதவற்றைப் புகுந்து காட்டவும் முற்படுவதில்லை. கடைசிக் காட்சி, தேர்ந்த, திறந்த முடிவுள்ளது. தன் உற்ற நண்பன் இறந்து, உடனிருப்பவர்களும் நீங்கி, திருட்டுப் பழி சுமந்து, அடித்து துன்புறுத்தப்பட்டு வெளியேறும் சத்தி திரும்ப அழைக்கப்படுவதால் திரும்பிக் கதவைக் காண்கிறான். அவன் மீண்டும் வரலாம், அல்லது செல்லலாம் என்ற சாத்தியங் களுடன் நாவல் முடிகிறது. இதனால் பிரதி தொடர் இயக்கமாக மாறுகிறது.

பெருமாள்முருகனின் மொழி, எப்போதும் அலங்காரமற்றதும் பேச்சு மொழியை ஒற்றியதுமாகும். எளிய சொற்களால், சிறு வாக்கியமைப்புகளால் கட்டியெழுப்பப்படுவது. அசலாக வாழ்வதற்கேற்ற ஒரு மண் குடிசையை நினைவூட்டுவது. சுருங்கக் கூறுவதன்மூலம் வாசகப் பங்கேற்பை உறுதிசெய்வது. ஒரு சொல்லும் மிகையற்ற தன்மையுடையது. அதனாலேயே அடித்தள மக்களின் வாழ்க்கையை எழுத ஏற்றது. அவருக்கு அறுதியான வட்டார இலக்கியத்தை எழுதும் நோக்கமில்லை. ஆனால் குறிப்பிட்ட வட்டாரத்தின் ஆதாரமான வழக்குகளைத் தவறாது உபயோகிக்கிறார். "ஓடக்கான் (ஓணான்), இசுக்காட்டி (ஏமாற்றுதல்), மல் (சிறுநீர்)" போன்ற பிரத்யேகமான சொற்களுக்குப் பொருளறிய, இதன் ஆசிரியரே உருவாக்கிய "கொங்கு வட்டாரச் சொல்லகராதி"யை நாடலாம். நாவலின் மக்கள் மொழிப் பயன்பாட்டால், சமூகத்தால் விலக்கப்பட்ட கெட்ட வார்த்தைகளும் பங்குபெறுகின்றன. அவை பெரும்பாலும் அடக்கப்பட்ட பாலியல் விழைவு சார்ந்த வார்த்தைகளா யிருக்கின்றன. அவற்றைக் கண்டு அஞ்சுவோர் இந்நாவலை வாசிக்க வேண்டாம் என்று முன்னுரையில் ஆசிரியர் தெரிவித்தும் விடுகிறார்.

இந்நாவலின் உவமைகள் நுட்பமானவை. நாவல் திரையரங்கம் சார்ந்ததால், அவை பெரும்பாலும் திரைப்படம் தொடர்புடையவையா யிருப்பது மிகப் பொருத்தமானவை. "புரொஜக்டரின் சத்தம்போல் குறட்டை", "கார்பன் தள்ள மறந்துவிடுவதைப் போல் மறதியாகக் கல்யாணம் செய்துகொண்டான்", "ஜெய்சங்கருடையவைபோல் இடுங்கிய கண்கள்." இவை எழுதியவரின் கூற்றாக இல்லாமல், கதை மாந்தர்களின் மொழியால் உருவானவை. இவ்வாறு ஆசிரிய இடையீடுகள் கவனமாகத் தவிர்க்கப்படுகின்றன.

இருண்மை நிறைந்த இப்பிரதியில் அபூர்வமான ஒளிமிக்க கணிசமான பகுதியுமுண்டு. அது சத்தி ஒரு குழந்தையைச் சந்திப்பது. குழந்தை அவனுடைய இடத்துக்கு எப்படியோ தப்பி வந்துவிட்டது. அக்காட்சி கனவுபோல் நீள்கிறது. குழந்தைமையின் பூரண குதூகலத்துடன் அவன் இருட்டின் மேல் மோதுகிறது. அவனுடைய பால்யம் மீட்டெடுக்கப்படுகிறது. அவன் தன்னை, திரையரங்கை, அன்பேயற்ற வறட்சியை மறக்கிறான். கொஞ்ச நேரத்தில் அவனை நிராதரவாக்கிவிட்டுக் குழந்தை பறித்துச் செல்லப்படுகிறது. இது, ஆசிரியர் மெல்லுணர்வு மிக்க வேறொரு உலகை உருகவைக்குமளவுச் சித்தரிக்க முடியுமென்பதற்கு சான்று.

இப்போது 'நிழல்முற்றம்' நாவல் நவீன செவ்வியலாகியிருக் கிறது. அது என்றைக்கும் வைத்து வாசிக்கும் தன்மையைக் கொண்டிருக் கிறது. திரும்பிப் பார்க்கையில், வயதாலும் குறைந்த விளிம்பு

நிலையாளர்களை அணுகும் உள்ளார்ந்த பரிவு தெரிகிறது. அதில் போலிப் பரிதாபம் சிறிதும் வெளிப்படுவதில்லை. இது அடியிலுள்ள வாழ்வை உண்மையாக அகழ்ந்தெடுத்திருக்கிறது. அதன் அவலம் இன்னும் மாறாமலிருக்கிறது. இளையோரின் இந்த நெருக்கடியான சூழ்நிலையில் இதன் அர்த்தங்கள் மேலும் பெருகக்கூடும். எதிர்காலத்தில் நம் ஆவணங்களின் கறுப்பான பக்கங்களாகவும் இது இருக்கும்.

வாணியம்பாடி   மு. குலசேகரன்
22.05.2024

1

விளக்குக் கம்பத்தின் மீது சாய்ந்து உட்கார்ந் திருந்தான். மொய்த்த பூச்சிகளில் சில, கதறலோடு சுருண்டு மேலே விழுந்தன. உதறவும் முடியாமல் தூர நகரவும் தோன்றாமல் கட்டில்கடையையே வெறித்திருந்தான். கடலைக்காய்கள் குவிந்திருந்தன. சின்னக் குண்டுமாம்பழங்கள் ஈக்களோடு குழிந்து கிடந்தன. கிடத்தப்பட்டிருந்த மிட்டாய்ப் பாட்டில்கள் நிறங்களில் அழைத்தன. பாட்டியின் காப்பணிந்த கை விசிறியைப் போல அசைந்து அசைந்து ஈயோட்டியது. கடலைக்காய்களை விலக்காமல் நோக்கினான். சிறு புழுக்கூட்டமாய் அசையாமல் கிடந்தன. வெள்ளை வெளிச்சத்தில் மினுங்கி மினுங்கிக் கூப்பிட்டன. ஒரே லாவில் அந்தக் கையை விலக்கி வீசிவிட்டுச் சாக்கோடு சுருட்டிக்கொண்டு ஓடிவிட வேண்டும் என்று நினைத்தான்.

விருத்துப்போன தன் கால்களை இழுத்துப் பார்த்தான். நீண்டு விறகுக்கட்டை போல உயிர்ப்பற்றிருந்தது. இரண்டு பக்கங்களிலும் உதிர்ந்த பூச்சிகள் கிடந்தன. எதனாலும் தன்னை இளக்கிவிட முடியாது போலிருந்தது. வாயில் திரண்ட எச்சிலைக் கூட்டி விழுங்கவும் சக்தியில்லை. நாக்கு துருத்திக்கொண்டு வெளியே வழிந்துவிடுமோ. தைத்தது போல உதடுகளை இறுக்கி மூடிக்கொள்ளப் பார்த்தான். அதற்குள் கட்டில்கடையை மறைத்துக் கொண்டு ஒருமுதுகு உட்கார்ந்தது. ஏதோ பெரிய

உதவியைத் தனக்குச் செய்துவிட்ட மாதிரி நிம்மதியாய் இருந்தது. கண்களை மூடிக்கொண்டான்.

நைந்த துணியாய் வயிறு சுருங்கிப் பற்றிக்கொண்டது. கைகால்கள் சக்கையாயின. இரண்டு அடி வைக்கவும்கூட ஏதாவது வயிற்றுக்குள் விழுந்தால்தான். இப்படியே எத்தனை நேரம் கிடப்பு? எழுந்துதான் என்ன செய்துவிட முடியும்? சாவகாசமாக நீட்டிப் படுத்துக்கொள்ள முடிந்தால் நன்றாக இருக்கும். அவஸ்தை குறையும். அதைவிடவும் விளக்குக் கம்பத்தின் தாங்கல், தனக்கென்று ஒரு ஜீவன் இருப்பது போல உணரவைத்தது. அதன் அடிப்பட்டையில் ரொம்பவும் உரிமையோடு தன்னை இன்னும் சாய்த்துக்கொண்டான்.

சூழ்ந்திருந்த அமைதி அனைத்தையும் குலைத்துக்கொண்டு 'மருதமலை மாமணியே முருகய்யா . . .' அலறியது. உடல் அதிர்ந்து நடுங்கியது. மயிர்க்கால்கள் சிலிர்த்துக்கொண்டன. அந்தச் சத்தம் பழக்கமாகி உடல் நிலைகொள்ளக் கொஞ்சநேரம் பிடித்தது. தியேட்டர் விளக்குகள் போடப்பட்டன. உள்கடைகளுக்கு முன்னே ஏதாவது தெரிந்த முகம் தட்டுப்படுகிறதா என்று விழிகளை அகல விரித்துத் தேடினான். ஈக்குஞ்சுகூட இல்லாமல் வெறிச்சோடி இருந்தன. எவனாவது ஒருவன் இருந்தால்கூடப் போதும். எழுந்து கேட் பக்கத்தில் போய்ப் பார்த்தால், ஒருவேளை தெரியலாம். அசைக்கிற நிலையில் உடல் இல்லை. இன்னும் சில நிமிசங்களில் டிக்கெட் கொடுப்பதற்கும் மணி அடித்துவிடலாம்.

க்யூ கதவுகள் மூடிக் கிடந்தன. அவற்றின் பக்கத்தில் எவரும் இல்லை. வெளிறி மக்கிய அந்தக் கதவுகள் சாத்திக் கிடந்தது எவ்வளவோ ஆறுதலைக் கொடுத்தது. அவை திறக்கப்படாமலே இருக்க வேண்டும் என்று வேண்டிக்கொண்டான். படம் பார்ப்பவர்களே எவரும் வராதிருந்தால் நன்றாக இருக்கும். கதவுகளைப் பார்த்துக் கொண்டே இருந்துவிடலாம். அவற்றின் மௌனம் அர்த்தம் நிரம்பியது.

முதல் பாட்டு ஓய்ந்து கொஞ்சம் இடைவெளி. இலேசான கரகர ஒலியைத் தவிர ஒன்றுமில்லை. சில விநாடிகள்தான். 'குன்றத்திலே குமரனுக்குக் கொண்டாட்டம்' தொடங்கிவிட்டது. அந்தத் தடிக்குரலையும் மீறிக் கட்டில்கடைக் கிழக்குரல்.

"வந்தாக் கைய வெச்சுக்கிட்டுச் சும்மா இருங்களேண்டா. கல்லக்கா படி எட்டு ருவாக்கி விக்கிது. அவனவன் குத்தவைக்கு எடுத்தவனாட்டம் குத்துக் குத்தா அள்ளறானுவ . . . காசு கேட்டா மட்டும் வந்துருது நோப்பாள மயிரு . . ."

அவள் குரல்வளையைத் திருகி எறிந்துவிடக் கை பரபரத்தது. முன்னால் குவித்து வைத்துக்கொண்டு பெரும் பற்கள் நீளக் காவல் காக்கும் பூதகியைப் போலத் தெரிந்தாள். மூச்சுக்குக்கூட இடைவெளி விடாமல் அவள் பேச்சு. அந்த வாயைக் கோணூசி கொண்டு

தைத்துவிட வேண்டும். பாட்டைவிடவும் அவள் குரலின் முரட்டுத் தனம் தாங்க முடியாமல் இருந்தது.

இன்னும்கூட உள்கடைகளில் யாரும் தென்படவில்லை. பேசாமல் மீனாள் கொட்டாயிக்கே போயிருக்கலாம். இங்கே தெரிந்த முகத்தையே காணோமே. கண்ணின் மயமயப்பில் அடையாளம் மாறுகிறதோ. டிக்கெட் க்யூக்களின் முன்பு இரண்டுபேர் போய் நின்றனர். போகலாமா வேண்டாமா என்று யோசித்து யோசித்து ஒருவர் பின் ஒருவராகக் கூடுவதாகத் தோன்றிற்று. பாதிக் கதவுகள்வரை தலைகளால் மறைந்துபோயின. ஆட்கள் கூடக்கூடச் சந்தோசமாக இருந்தது. கதவுகளோடு தியேட்டர் எல்லை முடிந்து தடம் தொடங்குகிறது. அரவூரை நோக்கிப் போகும் மண் வண்டித்தடம். தறிக்காரப் பையன்கள் சைக்கிளைத் தள்ளிக்கொண்டு கும்பலாகச் சிரித்துப் பேசியபடி போகவும் தறி முதலாளிகள் எந்திர வண்டிகளில் பறக்கவும் மட்டும் இந்தத் தடம். பெரிய போக்குவரத்துகள் ஒன்றுமில்லை.

தடத்தில் பாதியை அடைத்துக்கொண்டு கூட்டம் சேர்ந்தது. பாட்டியின் கடையைச் சுற்றி உட்கார்பவர்களும் நிற்பவர்களும் அதிகரித்தனர். டிக்கெட் க்யூக்களின் மேலிருந்து மின்விளக்கு பரப்பிய வெளிச்சம் கட்டில்கடைக்குப் போதாததாலோ பாட்டிக்குக் கண் மங்கல் என்பதாலோ சின்னச் சீமெண்ணெய் விளக்கு ஒன்றையும் பற்றவைத்திருந்தாள். அவள் கவனம் கட்டிலின் செவ்வகம் முழுமையும் பரவிக் கிடந்தது.

நான்கு கதவுகள் இருந்தன. மூன்றின் முன்னால் மட்டும் கூட்டம். ஒன்று வெகுநாட்களாகத் திறக்கப்படாமலோ என்னவோ மற்றவற்றைவிடக் கொஞ்சம் நிறம் கூடுதலாகத் தெரிந்தது. பைகளில் சில்லரை குலுங்கல். மடித்த நோட்டுக்களின் கசகசப்பு. அந்தக் கூட்டத்தோடு ஓடிச் சேர்ந்துகொண்டால் தேவலை. கை அனிச்சை யாய்ப் பாக்கெட்டைத் தடவியது. அது இருந்த இடத்தின் சுவடே கையில் படவில்லை. சலித்துக் கையை மீட்டான். பரவாயில்லை. அவர்களோடு போய் நின்றுகொள்ளாவிட்டாலும்கூடப் பார்க்கவே சந்தோசமாக இருந்தது. வெறிச்சிட்ட கதவுகளைவிடவும் நன்றாக, நிறைவாக இருந்தது. லுங்கியை மடித்துக் கட்டிய கால்கள் பல அளவுகளில் தெரிந்தன. பேண்ட் போட்டவர்களும் சிறுவர்களும் ஒன்றிரண்டு பேர்களே இருந்தனர். எப்படியும் கூட்டம் ரொம்பவும் பாதுகாப்பாக இருந்தது.

எதுவும் தன்னை ஒன்றும் செய்ய முடியாது. யாரும் கேட்பதற் கில்லை. சுற்றிலும் அத்தனை கைகளும் அணைத்துக்கொண்டு நிற்கின்றன. இதழ்க்கடையில் இலேசாகப் புன்னகைகூட விரிந்தது. மேலே விளக்கு வெளிச்சத்தில் படப் போஸ்டர் பட்டது. தலைவர் வாளை வீசிக்கொண்டு பாவாடை சுழல நிற்கிறார். அந்தக் கணத்தில்

அவர்தான் எல்லாம் என்று தோன்றியது. சுற்றிலும் உதிர்ந்து எரியும் பூச்சிகளை வெட்டிச் சாய்த்துவிடத்தான் அவர் கையில் வாள். வாளற்று அணைக்கிற விதத்தில் விரிந்திருக்கும் இன்னொரு கை ஆதரவாகக் கட்டிக்கொள்ளும். கண்களில் பொங்கும் கனிவு. நேருக்கு நேர் பேசும் வாய். போஸ்டரில் இருந்து எழும்புகிறது உருவம். கண்களில் நிறையும் கண்ணீரில் உருவத்தின் அசைவை இழந்தான்.

இந்தக் கூட்டம் முழுதும் அவரைப் பார்க்கப் போகிறது. அவரின் வாளசைவைக் காணும். கூட்டத்தைப் பார்க்க எரிச்சலாக இருந்தது. தெரிந்த ஒருமுகம் உள்ளிருந்து தென்பட்டுவிட்டால் போதும். இவர்களுக்கு முன்னால் மெயின்கேட் வழியாகவே போய்விடலாம். அல்லது . . . ஒரே ஒருரூபாய் . . . கிடைத்துவிட்டால் கூட்டத்திற்குள் புகுந்துவிடலாம். எல்லோரையும் பார்த்து எக்காளச் சிரிப்புச் சிரித்துக் கெக்கலி கொட்டலாம். கூட்டத்தில் இருக்கிற ஒவ்வொரு கையும் ஐந்து பைசா கொடுத்தால்கூடக் கூட்டத்தோடு சேர்ந்துவிடலாம். நினைக்கத் தன்மீதே கோபம் திரும்பியது. எச்சிலைக் கூட்டித் 'த்தூ' என்று உமிழ்ந்தான். தூரப் போய் விழும் வலுவின்றித் தன் மார்மீதே வழிந்தது. 'ச்சீ' என்று வேகத்தில் அதைத் துடைத்தான். கையில் அழுக்கு உருண்டைப் பிசுபிசுத்துத் திரண்டது. உருட்டி எறிந்தான். பட்டன்கள் அறுந்து சட்டை திறந்த மார்பில் கண் ஓடியது. அங்கங்கே கவளம் கவளமாய்க் கறுப்புத் திட்டுகள் தெரிந்தன.

இந்த முகத்தோடா கூட்டத்தைப் பார்த்து எரிச்சல் வருகிறது? கூட்டம் முன்னிலும் அடர்த்தியாய்க் கூடியிருந்தது. எந்த முகமாவது இந்தப் பக்கம் திரும்பி ஒரு அனுதாபப் பார்வையை வீசாதா? பார்வை விழுந்துவிட்டால் பைசாவும் விழும். நினைக்கக் கேவலமாய்ப் பட்டாலும் இப்படித்தான் நினைக்க முடிகிறது.

காசு எப்படி வந்தாலும் ஒரே மாதிரிதானே இருக்கப்போகிறது? ஒரே மதிப்புத்தான். முதுகை ஒடித்துக்கொண்டு வியாபாரம் செய்யும் பாட்டி காசில்லாமல் கொடுத்துவிடுவாளா? எழுந்து கால்களை மெல்லமாய் இழுத்துக்கொண்டு கூட்டத்தை நோக்கி நகரலாம். சுள்ளிட்டு இழுக்கும் வயிற்றைப் பிசைந்து என்ன செய்வது? கண் றப்பைகள் சோர்ந்து துடிக்கின்றன. கையேந்தாததைத் தவிர வேறெதைத் தான் செய்யவில்லை? இதையும் பார்த்துவிடலாம். எழ முயல்கையில், பாட்டுச் சத்தம் ஓய்ந்தது. மணி அடிக்கிற சத்தம். கதவுகள் இன்னும் திறக்கவில்லை. என்றாலும் வரிசை கலைக்கப்பட்ட எறும்புகளாய்க் கூட்டம் சிதறியது. தனக்குக் கிடைத்த கடைசி வாய்ப்பும் பறிக்கப் படுவதை உணர்ந்து சோர்ந்தான். கதவுகள் உள்ளே கிறீச்சிட்டன. கூட்டம் மோதி முட்டி நுழைவதற்கு முயன்றது. ஒருக்களித்துத் திறந்ததும் உள்ளே பாய்ந்தது. கால்களுக்குள் புகுந்தது. தள்ளிக் கொண்டது. விழுந்து எழுந்தது. கூட்டம் படுகிற பாட்டைப் பார்க்க, ஓங்கிச் சிரிக்க வேண்டும் போலிருந்தது. ஒரே எகிறில் இந்த முதுகுகளில் உதைத்து உதைத்து இன்னும் சிதைக்க வேண்டும். அலறிப் புடைத்துக்

கொண்டு ஓடுகிற ஓட்டத்தைப் பார்க்க வேண்டும். வெறியாக இருந்தது.

கதவைத் திறந்தவன் தெரிந்தவனாக இருப்பானோ? சீனியாகவோ முரளியாகவோ இருக்கலாம். மீனாளிலிருந்து இங்கே வந்திருக்கலாம். பசவூரில் இருந்தும்கூட எவனாவது வந்திருக்கலாம். கூட்டம் குறைந்த பின்னாவது எவனும் படாமலா போய்விடுவான்? யோசித்தபடி கிடந்தான்.

எல்லாம் சில நிமிசங்கள்தான். உட்புறம் நீண்ட க்யூவுக்குள் தலைகள் ஒன்றன் பின் ஒன்றாய்ப் போய்க்கொண்டேயிருந்தன. கூட்டம் வெளியே முற்றிலும் சிதைந்துவிட்டது. ஆட்கள் குறையக் குறைய அவன் பரபரப்பானான். அவனைத் தூக்கித் தனியாக ஆகாயத்தில் எறிந்துவிட்டு எல்லோரும் ஓடினர். பிடிப்பற்று அவன் தவிக்கும் தவிப்பைக் காண ஒருவரும் இல்லாது போய்விடும். மூக்கு விடைத்தது. கண்கள் பம்மின. எச்சில் கடைவாயில் ஒழுகியது. கால்களை இழுத்துத் தன்னோடு சேர்த்துக்கொண்டான். குத்தவைத்துக் கைகளால் கால்களை இறுகக் கட்டினான். தலையைப் புதைத்துக் கொண்டான். தலைமயிர் கூடை போல வளர்ந்து பிய்ந்து தெரிந்தது. உடம்பு அதிர்ந்து குலுங்கியது.

தலையைத் தூக்கிப் பார்த்தான். அவ்வளவுதான். இன்னும் ஒன்றிரண்டு பேர்கள்தான். அவர்களும் நுழைந்துகொண்டிருக்கிறார் கள். போய்விட்டால் தீர்ந்தது. திரும்பவும் இடம் வெறிச்சோடிவிடும். கதவுகள் திறந்திருக்கையில் ஆட்கள் யாரும் இல்லாமல் இருப்பது கொடுமை. மண்வாயாய்ப் பிளந்து நின்றிருக்கும் இவை அதற்குள் ளாகவா அத்தனை பேர்களையும் விழுங்கிவிட்டன? அவசர அவசர மாக யாராவது வருகையில் மனசு படக்படக்கென்று அடித்துக் கொள்கிறது. உள்ளே போய்ச் சுவடே அற்றுப்போனதும் கலக்கம் வந்துவிடுகிறது. தீனி போடப் போட நிரம்பாத கொப்பரை வாய். உள்ளே நுழையும் முன்பே அவர்களின் கைகளைப் பிடித்து இழுத்து வெளியிலேயே நிறுத்திவிட வேண்டும் என்றிருந்தது.

எதற்கும் தன்னால் ஆகாது என்பதை நினைக்க அழுகை வந்தது. மெல்ல விசும்பினான். கதறி அழ வேண்டும்போல் ஆசையாக இருந்தது. தன் தோற்றத்திற்கும் கதறி அழுவதற்கும் ரொம்பவும் தொடர்பிருப்பதாகத் தோன்றியது. பார்ப்பவர்கள் கற்களை விட் டெறியலாம். அதுகூட நன்றாகத்தானிருக்கும். ஆனால் அழச் சக்தி யிருக்குமா என்பது சந்தேகம். இவ்வளவு நேரம் விசும்பியும் துளி கண்ணீர் வரவில்லை. இன்னும் தன்னை நன்றாக மடித்துக்கொண்டு குறுகி உட்கார்ந்தான்.

ஆட்கள் போய்விட்டாலும் இன்னும் பாட்டுப் பாடிக்கொண்டி ருந்தது. ஓங்கிய கத்தலில் பாட்டின் வரிகள் பிய்ந்துபோயின. விளங்காத போதும் அந்தச் சத்தமே போதும் என்றிருந்தது. அவனுக்கு ஆறுதல்

கொடுக்கிற எதற்குமே அற்ப ஆயுள்தானோ? ரெக்கார்ட் ஓய்ந்து படம் போடுவதற்கான மணி அடித்தது. நடுக்கத்தோடு தன்னைக் குறுக்கிக்கொண்டான்.

எதையும் பார்க்காமல் தனக்குள் சுருங்கிக்கொள்வது சுகமாக இருந்தது. வயிற்றின் பிடிப்புகூடக் கொஞ்சம் தளர்ந்தது. பாட்டியின் சத்தமும் இல்லை. பேசுவதும் அமுத்தலாகப் புரியாத தொனியில் வந்தது. சைக்கிள் ஸ்டேண்ட் பக்கம் இருந்துதான் சிரிப்பும் கும்மாளமும் கேட்டன. அந்தப் பக்கம் பார்க்கவே கூடாது என்று தீர்மானித்தான். அதில் தெரிந்தவர்கள் யாரும் இருந்தால்? சடக்கெனத் தலையைத் தூக்கி அங்கே பார்த்தான். அறிமுகமற்ற இரண்டு மூன்று முகங்கள். கண்ணுக்கு முன் விரிந்த திரையை விலக்க மூடி மூடித் திறந்தான். அப்பவும் அவர்களில் யாரும் தெரிந்தவர்களாக இல்லை.

கட்டில்கடைதான் நன்றாகத் தெரிந்தது. குறைந்திருந்த கடலைக் காய்க் குவியலில் கீழே கூடையில் வைத்திருந்த காய்களை அள்ளிப் போட்டு முன் போல நிறைத்தாள் பாட்டி. மாங்காய்கள் ஒன்றிரண்டே கிடந்தன. பட்டாணியும் தெரிந்தது. புதிதாகப் பார்ப்பவனைப் போல அதைப் பார்த்தான். மீண்டும் அந்த ஆசை துளிர்த்தது. பட்டாணியிலாவது ஒரு கை கிடைத்தால் பரவாயில்லை. அதில் அளந்து போட உழக்கு கிடக்கிறது. சீமெண்ணெய் விளக்கைக்கூடப் பாட்டி அணைத்துவிட்டாள். இரண்டு கையிலும் சேர்த்து அள்ளிக் கொண்டு ஒரே ஓட்டம் ஓடிவிட்டால் என்ன செய்வாள்? யாரைக் கூப்பிடுவாள்? பிடித்துவிட முடியுமா? ஓடுவதற்குச் சக்தி இருக்கிறதா? எதை எதையோ நினைத்து எதற்கும் கையாலாகாத தன்னுடைய நிலைக்கு நொந்துகொண்டான். இப்படியே கால்களைப் பரத்திப் பன்றியைப் போலக் கிடந்துவிட வேண்டியதுதானா? ஏதாவது அதிசயம் நடந்து எழுப்பிவிடுமா? கண்களை உயர்த்தித் தியேட்டர் கேட்டினுள்ளே பார்த்தான். டிக்கெட் வாங்கியவர்கள் தனித்தனி யாகவோ இணையாகவோ உள்ளே ஓடிக்கொண்டிருந்தனர். கடைப் பக்கம் சிலர் நின்றனர். கண் இறங்கி வருகையில் ஒரு மினுக்கம் தெரிந்தது. மீண்டும் ஊன்றிப் பார்த்தான். காசுதான். காலை நீட்டிப் பெருவிரலால் உந்தி எடுத்தான். நாலணா. பெரிய புதையல் கிடைத்துவிட்டாற் போலிருந்தது. கட்டில் கடையை ஆர்வம் பொங்கப் பார்த்தான். மாங்காய், கடலை, பட்டாணி . . .

இன்னும் ஒரு நாலணா கிடைத்தால் ஒரு டீ குடித்துவிடலாம். காசு கிடைத்த இடத்தில் பார்வை சுழன்றது. எதையும் காணோம். வேகமாக எழுந்தான். அந்த இடத்தைச் சுற்றிலும் குனிந்துகொண்டு தேடினான். ம்கூம். ஒரு டீக்குக் கிடைத்தால் பரவாயில்லை. விட்டவன் வெறும் நாலணாவை மட்டுமா விட வேண்டும்? தேடிச் சலித்தவன் கட்டில்கடைக்குப் போனான்.

“நாலணாவுக்குப் பட்டாணி.”

அதிர்ச்சியோடு திரும்பினாள் பாட்டி. பின்பக்கம் இருந்து குரலை அவள் எதிர்பார்க்கவில்லை. அவனின் பரட்டைத் தலையும் திறந்த சட்டையும் கிழிந்து தொங்கிய டிராயரும் பயமுறுத்தின. உழக்கில் அளந்து கையில் கொட்டினாள். அவன் கொடுத்த நாலணாவைக் கைபடாமல் வாங்கிக்கொண்டாள். அவன் மீண்டும் விளக்குக் கம்பத்தின் மீது சாய்ந்து உட்கார்ந்தான். கைப் பட்டாணி முழுவதையும் ஒரே முறையில் வாய்க்குள் கொட்டிக்கொண்டு கொறித்தான். அவன் அதிவேகமாகக் கடிக்கிற சத்தம் ‘கடக்முடக்’கென்று தெறித்தது.

பாட்டி இப்போதுதான் அவனைப் பார்ப்பவள் போல அடிக்கடி திரும்பித் திரும்பிப் பார்த்தாள். அவன் அதைக் கவனிக்கிற நிலையி லில்லை. அரைத்த பட்டாணியை விழுங்கியதும் வயிறு இன்னும் சுண்டி இழுத்தது. விக்கல் வரப் போகிற மாதிரி இருந்தது. பாட்டியிடம் திரும்பித் ‘தண்ணி இருக்குதா’ என்றான். குரல் அவளுக்கு எட்டி இருக்குமா என்பது சந்தேகம். ஆனால் அவள் வெறுமனே கையை விரித்து ஆட்டினாள். டீக்கடைக்குப் போனால் குடிக்கலாம். அவ்வளவு தூரம் நடக்க வேண்டும்.

உள்ளே போன பட்டாணி ஒருவிதக் கிறக்கத்தைக் கொடுத்தது. அப்படியே சாய்ந்து கண்களை மூடினான். இமைகள் பிரிக்க முடியாமல் இணைந்தன. ஒருகால் மடித்து நீண்டிருக்க மறுகால் தரையில் கிடந்தது. கைகள் சோபையிழந்து வெறும் தட்டுக்குச்சிகள் போல விழுந்திருந்தன. எவ்வளவு நேரம் அப்படியே கிடந்தானோ தெரிய வில்லை. தொடையில் கடப்பாரையை இறக்கியது போல இரண்டு உதை விழுந்தது. கண்களைத் திறக்காமலே உதட்டைக் கடித்து ‘ஸ்ஸ்’ என்று சத்தமெழுப்பி விட்டு மீண்டும் பழைய நிலைக்குப் போனான். மறுபடியும் உதை. உதையோடு புரியாமல் என்னென்னவோ சொற்கள் கேட்டன. இமைகளைப் பிய்த்துத் திறந்தான். எதிரில் கையில் பெரிய சாக்குப் பை ஆட அண்டாத் தலையோடு இளித்துக் கொண்டு நிற்பவன் தெரிந்தான். அலறிப் புடைத்து எழுந்தான் அவன்.

2

படிக்கடியில் பூதன் படுத்துக் கிடந்தான். குப்புறக் கிடந்த அவன் கால்கள் இரண்டும் தாளம் போடுவது போல அசைந்தன. நடேசன் சோடா விற்ற கணக்கைக் கூட்டி ஏதோ சிகரெட் அட்டையில் குறித்துக்கொண்டிருந்தான். மணி பீடியை உறிஞ்சியபடி அயர்வாக உட்கார்ந்திருந்தான். கணேசன் இன்னும் கணக்குக் கொடுக்காததால் பீடாக்கடை முன் தட்டத் தோடு நின்றிருந்தான். வத்தன் போண்டாக் கடைக்குள் சத்தம் போட்டுக்கொண்டிருந்தான். சத்திவேல் நடேசனுக்குப் பக்கத்தில் சுவரோடு சாய்ந்தபடி நின்றிருந்தான்.

பூதன் சரேலென்று தலையை உயர்த்தினான்.

"டே சத்தி . . . இன்னக்கி உனக்குச் செம ஏவார மாட்டம்?"

சீண்டலுக்குப் பதில் எதுவும் சொல்லாமல் லேசாகப் புன்னகைத்தான். அவனோ ஏதாவது பேச வேண்டும் என்கிற எதிர்பார்ப்பில் இருந்தான். கொஞ்சம் எரிச்சல் தோன்ற மறுபடியும் கேட்டான்.

"எத்தன வித்த இன்னக்கி . . .?"

"ரண்டு டஜன்தான் . . . நிய்யி?"

"உன்னோடக் கம்மிதான்டா . . . சோபா பக்கம் நீ ஒரு செட்டே புடிச்சிட்டயாட்டம் இருக்குது . . .

இந்தத் தொப்பையன் படத்துக்குச் சோபாவிலயும் சேர்லயுந்தான் சோடாவா விக்கும்.”

“எனக்குங்கூடத் தேங்கா ரொட்டியும் கேக்குந்தான்டா வித்துது . . . சவ்வு முட்டாயும் கடல உருண்டயும் கேக்கறதுக்குக்கூட ஆளில்ல . . . அதேன் . . . தரையிலயும் பெஞ்சுலயும் கூட்டமே கம்மிதான.”

மணி பேச்சில் கலந்துகொண்டதும் சத்திவேலுக்கு ‘அப்பாடா’ என்றிருந்தது. பேச்சில் கொஞ்சமும் நாட்டமில்லை. ஏதோ ஒரு சோகம் மனசுக்குள் நிரந்தரமாய் அப்பிக் கிடப்பது போல முகமிருந்தது. ஆள் முன்பிருந்ததை விடவும் நன்றாக இருந்தான். டிராயரும் பட்டன் அறுந்த சட்டையும் போய் லுங்கி கட்டியிருந்தான். மேலே காலர் இல்லாத பனியன் போட்டிருந்தான். அதன் முன்பக்கத்தில் எழுத்துகள் மங்கிக் கிடந்தன. தலைமயிர் மட்டும் அப்படியே இருந்தது. சீவ முயற்சி செய்திருந்தான்.

“அடுத்தது தலைவர் படந்தான்டா . . . ஒரு வாரத்திக்கி ஏவாரம் பாரு ஜோரா இருக்கும்.”

“நெனச்சுக்கிட்டு இரு. . . இந்த மேனேஜர் புடுங்கி படத்துக்குப் போனானா, எதாச்சும் சாம்பார் படம். . . முத்துராமன் படந்தான் எடுத்தாருவான்.”

“டேய் பூதா . . . சீட்டாடலாமாடா?”

எல்லோரின் கவனமும் கணேசன் பக்கம் திரும்பியது. கணேசன் கைகளில் நான்கைந்து சீட்டுகளை வைத்துக்கொண்டு அவர்களிடம் வந்தான். அவற்றைச் சத்தம் வரும்படி திரும்பத் திரும்ப அடுக்கிக் காட்டினான். ‘இங்க பாருடா’ என்று சத்திவேலின் முகத்தில் அடிக்கிற மாதிரி ஒருகையில் சீட்டை வைத்துக்கொண்டு மறுகையால் வரிசை கலைத்தான். அவன் எதிர்பார்க்காத கணத்தில் சத்திவேல் பட்டென்று பிடுங்கினான். அவன் திரும்பப் பிடுங்கச் சத்தி சுதாரித்துக் கொண்டு படிகளைச் சுற்றி ஓடினான். அவன் துரத்த சத்தி ஓட படுத்திருந்த பூதன் எழுந்து சத்தியின் கையில் இருந்ததைப் பற்றினான். சத்தி அழுத்தி மூடிக்கொண்டான். நிலத்தைக் குத்திக் குடைகிற பன்றி போலக் கையைத் தோண்டி இழுத்தான். நகம் பட்டு மேல் தோல் பிய்ந்தது. கசங்கிக் கிழிகிற மாதிரி அவன் கைகளுக்குப் போயின.

“டேய் . . . என்னோடதுதான்டா . . . குட்றா . . .”

கணேசன் பூதனிடம் பாய்ந்தான். பூதன் பற்களைக் கடித்துக் கொண்டு சீட்டுகளைக் கிழித்து மேலே தூவினான். ‘ஆஹ்’ என அர்த்தமில்லாமல் சிரித்துத் துள்ளினான். கணேசன் அவற்றைப் பொறுக்கி எதுவும் உதவாது என்பதைக் கண்டு ‘பூதா . . . தாயோலி’ என்றான். சத்திவேல் மூச்சு வாங்க மறுபடியும் சாய்ந்து உட்கார்ந்தான். அசாத்திய பலம் கொண்டு தியேட்டரையே தூக்கி எறிந்துவிடுவது

போலக் குதிக்கும் பூதனைப் பார்த்துப் பயமாகவும் இருந்தது. இவனை முடுக்கினான்.

"டேய் ... போயி சிகரெட் அட்ட எடுத்தாடா ... சீட்டுப் போடலாம்."

காலியான சிகரெட் அட்டைகள் பீடாக்கடைக்குள் குவியலாய்க் கிடக்கும். அவற்றைப் பொறுக்கிச் சேர்த்து அள்ளிக்கொண்டு வந்தார்கள். அட்டைகளைக் கிழித்துக் கிழித்து அடுக்கினார்கள். கடைக்குள் போய்ப் பேனா வாங்கி வந்து சத்திவேல் எண்கள் போட்டான். ராஜா ராணிக்குக் கோடுகளை இழுத்துப் படம் மாதிரி போட்டான். எண்ணி எண்ணி அடுக்கினான். ராஜா படத்தை எடுத்துக் காட்டிச் சிரித்தான்.

"இங்க பாருடா ... குழிக் கண்ணா ... பொத பொதன்னு மீச மட்டும் இல்லாத ... ராஜா பூதனாட்டவே இல்ல?"

"டேய் ... பூதன்னு சொல்லக் குடாதுன்னு ஒருக்காச் சொன்னாத் தெரியாதாடா ... இன்னொருக்காச் சொன்ன நரம்ப எடுத்திருவன்டா."

எகிறிக்கொண்டும் கைகளை ஆட்டியபடியும் பூதன் கத்தினான். அவனை ஒரு பந்து போலச் சுருட்டிக் கேட்டுக்கு அந்தப் பக்கம் வீசியடித்துவிட வேண்டும் என்று தோன்றியது. முகம் இறுகிக்கொள்ளச் சீட்டுகளைக் கீழே போட்டுவிட்டு மறுபடியும் அமைதியாக உட்கார்ந் தான் சத்திவேல்.

"கண்ணுல்ல ... கோவிச்சுக்கிட்டயா?"

கன்னத்தைத் தொட்டுத் தாடையை நிமிர்த்திக் கொஞ்சுவது போலப் பூதன் பாவனை செய்தான். கைகளைத் தட்டிவிட்டுப் 'போடா மயராண்டி' என்றான்.

"இதான்டா உங்கட்ட ஆவாது... பொசுக்குப் பொசுக்குனு உம்முனு ஆயி உக்கோந்துக்கற ... நீதான எழுதுன ... வாடா ஆடலாம்."

பின்புறமாகக் கட்டித் தூக்கி நிறுத்தினான் நடேசன். இழுத்துக் கொண்டு போனான். படியைத் தாண்டி அலுவலக அறைச் சுவரின் மூலையில் கும்பலாக உட்கார்ந்தார்கள். தியேட்டருக்குள் இருந்து பாட்டுச் சத்தம் கேட்டது. நீண்ட ஹம்மிங். எங்கோ தொலைவிலிருந்து காதுக்குள் ஒலிக்கிற மாதிரி. டீக்கடைக்காரர் தன் முட்டை போண்டா வயிற்றைத் தூக்கிக்கொண்டு உள்ளே ஓடினார். மேலெல்லாம் வேர்வை வடியச் சட்டை இல்லாமல் அவரைப் பார்க்க நீர்யானை போலிருந்தது. அதைப் பார்த்ததும் கணேசன், 'போங்கடா ... இந்தப் பாட்ட மட்டும் பாத்துட்டு வந்தர்றன்' என்று உள்ளே ஓடினான். 'ஆறு மனமே ஆறு அந்த ஆண்டவன் கட்டளை ஆறு.'

"இந்தப் பாட்டுல அப்பிடி என்னதான் இருக்குதோ ... ஒரு ஆட்டம் உடாத பாக்கறாங்கடா ... சிவாஜி தவக்களயாட்டம் வாயப் பொளந்துக்கிட்டுப் பாடறான்."

சீட்டைப் போடத் தொடங்கினான். 'பத்துப் பைசா பந்தயம்டா.' சத்திவேல் காசை எடுத்துச் சுண்டினான். வெளியே உட்கார்ந்து கொண்டு 'நடேசஞ் செயிக்கறான்டா' என்று மணி பத்துப் பைசா போட்டான்.

சீட்டுகள் கை மாறி மாறி விழுந்தன. திடீரென்று கெக்கலிச் சிரிப்பு. 'போடா போடா' சத்தங்கள். பாட்டு முடிந்து கணேசன் வந்து நின்றதையும்கூட எவரும் கவனிக்கவில்லை. எதிர்பாராத கணத்தில் மேனேஜரின் தலை தெரிந்தது. கணேசன் 'மேனேஜருடா' என்று கத்திவிட்டுக் கடைப்பக்கம் நழுவினான். வேகமாக வந்த மேனேஜருக்குப் பூதனின் மயிர்தான் குத்தாகக் கிடைத்தது. பற்றித் திருப்பிக் கன்னத்தில் அறை விட்டான்.

"எச்சக்கலத் தாயோலி ... டிக்கெட் கிழிக்க ஆளில்லைன்னு கூப்டா ... சொல்லாத கொள்ளாத ஓடறீங்க ... சீட்டாடறதுக்காடா கொட்டாயி ... எங்க மத்தவன்லாம் ...?"

எண்ணெய் இன்றி வரவரத்துக் கிடந்த மயிர் அவன் பிடியில் நரம்பை உருவுகிற மாதிரி வலித்தது. நேராக நிற்க முடியாமல் நெளியாய் நெளிந்தான். விடுவித்துக்கொள்ள முயன்றான்.

"இல்ல சார் ... இல்ல சார் ... நான் பாத்துக்கிட்டுத்தான் இருந்தன்."

"உங்க மொதலாளிகிட்ட வந்து சொல்றன் ... மத்தவனையெல்லாம் கூட்டியா."

மேனேஜரின் பிடி கொஞ்சம் தளர்ந்ததும் விடுவித்துக்கொண்டு ஓடினான். எல்லோரும் கொட்டாயிக்குள்தான் புகுந்திருப்பார்கள். ஆட்களோடு சேர்ந்து எங்காவது உட்கார்ந்துகொள்வார்கள். உள்ளே நுழைந்து பெண்கள் பக்கம் வெளியே வந்து நின்றான். மெயின் கேட்டைத் திறந்து அவசரமாய் நடேசனும் சத்தியும் வெளியே போவது தெரிந்தது. அவர்களைப் பிடிக்கப் பூதனும் ஓடினான்.

சத்திவேலை உள்ளே கூட்டி வந்து சோடா விற்கச் சேர்த்துவிட்ட திலிருந்து நடேசனும் அவனும் கூட்டாகிவிட்டார்கள். ஒன்றுக் கிருக்கக்கூட இரண்டு பேரும் ஒன்றாகத்தான் போவார்கள் போல. உள்ளே வந்த நாளில் சத்தி கமுக்கனாக இருந்தான்.

"மொதலாளீ ... இவன முந்தியே மீனாள் கொட்டாயில பாத்தாப்ல இருக்குது ... புதுசில்ல ..." என்று மணி சொன்னதும் முறைத்தான். பார்வையில் கங்கு ஒளிர்ந்தது. அதன் கப்பைக் கண்டு மணி பற்களைக் கடித்துக் கொண்டு எழுந்தான். சத்தியின் கன்னத்தில் அவன் கை இறங்கியது. எதிர்பாராத அடியில் கொஞ்சம் ஆடி எதிர்ப்பக்கம் சாய்ந்து தலையைக் குனிந்துகொண்டான்.

அதற்கப்புறமும் சோடாக்கடை முதலாளி எப்படி எப்படியோ கேட்டுப் பார்த்தும் வாய் திறக்கவில்லை. ஊர் மட்டும் 'பசவூர்'

என்றான். பெயரைக்கூட மனசுக்குள்ளாகச் ‘சத்திவேலு’ என்று முனகினான்.

பசியோடு கிடந்தவனுக்கு வறிக்கியும் டீயும் வாங்கிக் கொடுத்து உள்ளே கூட்டி வந்ததாலோ என்னவோ நடேசனோடு ஒட்டிக் கொண்டான். இரண்டு பேரும் சேர்ந்துகொண்டால் போதும். எல்லோரையும் துச்சமாகத்தான் பார்ப்பது. அவர்களைப் பிடிக்கப் பூதன் வேகமாக நடந்தான். பின்னால் திரும்பிச் ‘சாப்ட’ என்றான் சத்தி.

“என்னடா பூதா . . . மேனஜர்கிட்டே அற வாங்கினியா?”

வாயைக் கோணிச் சிரித்துப் பழிப்புக் காட்டினான். அவன் கைக்குச் சிக்கிவிடாமல் நடேசனைச் சுற்றி ஓடினான். ‘டேய் டேய்’ என்று பூதன் விரல்களை ஆட்டிக்கொண்டு துரத்துவதைப் பார்க்கச் சத்தி இன்னும் முசுவாக இசுக்காட்டி ஓடினான்.

“இந்தக் கொட்டாயில எத்தன வெருசமா நா இருக்கறன் தெரீமாடா . . .? இன்னக்கி வந்தவன் நீ. . . எங்கிட்ட இந்த வேல வெச்சுக்காத.”

“ஆமா . . . ஒவ்வொருக்காவும் எதையாச்சும் தூக்கிக்கிட்டு ஓடிட்டு . . . அப்பறம் வந்து சோடாக்காரங்கிட்டக் கெஞ்சறத நாந்தான் பாக்கறனே . . . பெரிய புடுங்கி நீ . . . போடா.”

நடேசன் அவனுக்குச் சொன்னான். சந்தைப்பேட்டை மேடு நோக்கிப் போனார்கள்.

கரட்டூரிலிருந்து ஓடையூர் செல்லும் சாலையில் சந்தைப் பேட்டை மேடு. அதிலிருந்து கொஞ்சம் உள்ளே போனால் புழுதியடித்து வெளுத்துப்போன எழுத்துக்களுடன் ‘ஸ்ரீவிமலா தியேட்டர்’ தெரியும். அதன் காவி நிறமும் அங்கங்கே உயரம் மாறி மாறி அமைந்திருந்த கட்டிட அமைப்பும் பார்க்க ஒரு ராட்சசப் புற்று எழும்பி நிற்பதைப் போலிருக்கும். அதன் பின்பக்கம் கரட்டூரிலிருந்து ஆட்டூர் வழியாக ஓடையூர் செல்லும் சுற்று ரோட்டைத் தொட்டுக்கொண்டிருந்தது. தியேட்டரிலிருந்து சந்தைப்பேட்டைக்கு வரும் மண் ரோட்டில்தான் இவர்களின் ஓட்டம். அங்கே சாராயக் கடையிலிருந்து கையேந்திகள் வரை எல்லாமிருக்கும். முதல் ஆட்டம் இடைவேளை முடிந்து இரண்டாம் ஆட்டம் டிக்கெட் கொடுப்பதற்குள் சாப்பிட்டு வர வேண்டும்.

இருட்டு அடைந்து கிடந்தது சந்தை. வியாழக்கிழமை சந்தை. புதன் இரவிலிருந்து களை கட்டும். மற்ற நாட்களிலெல்லாம் பன்றிகளும் நாய்களும் இருட்டில் தொடங்கும் சாம்ராஜ்ஜியங்களும் தான். உறுமிக்கொண்டு குவியலாய் அங்கங்கே கிடந்த பன்றிக் கூட்டத்தைக் கடந்து காலில் மிதிபடும் பன்றி, மனித விட்டைகளை அலட்சியப்படுத்தி நடந்தார்கள்.

காரான் கடை பரோட்டா மணம் மூக்கிலடித்தது. வாடிக்கையாக அங்கேதான் சாப்பிடுவது. தூங்கி எழுந்து மேட்னி போடும்முன் சாப்பிட்டதுதான். வயிறு சுரந்து அழைத்தது சத்திவேலுக்கு. சந்தைக் கேட்டைத் தாண்டி வெளியே வந்ததும் வெளிச்சம் குபீரென்று பாய்ந்தது. காதுகளைப் பிய்க்கிற மாதிரி சத்தம். எதிர்ப்பக்கம்தான் காரான் கடை.

"என்னடா இவ்வளவு நேரங்கழிச்சு வர்றீங்க?"

வேர்வை வடியத் தகதகக்கும் உடம்போடு பரோட்டா மாவு பிசைந்துகொண்டிருந்தவன் நடேசனிடம் கேட்டான். சத்தியும் பூதனும் ஒரு சிரிப்பை உதறிவிட்டு உள்ளே போய் உட்கார்ந்தார்கள். நடேசன் மட்டும் வெளியே நின்று அவனோடு என்னவோ குசுகுசுப்பாகப் பேசிக்கொண்டிருந்தான். முடித்து வருகையில், சூடாகப் பரோட்டாவை ஆள் பிய்த்துப் போட்டான். சத்திவேலுக்கு மட்டும் கேட்கிற மாதிரி சொன்னான் நடேசன்.

"அவனுக்குக் கொஞ்சம் தூள் வேணுமாம். எத்தன பேருத்துக்குடா நாம படியளக்கறது . . . சிவஞ் சொத்துனாலும் ஒரு அளவு இருக்கு தில்ல . . . நானே வாங்கறதுக்குள்ள தலையால தண்ணி குடிக்க வேண்டி இருக்குது . . . மாத்தரயாச்சுங் குடுங்கறான் . . . அத நான் உட்டே ரொம்ப நாளாச்சு . . . உனக்குத் தெரீமா . . ."

"முந்தி மாத்தர போட்டயா . . . நீ . . .?"

"ம். அதொரு கத. அப்பறஞ் சொல்றன் வா."

எதுவும் பேசாமல் சாப்பிட்டான். இரவிலும் ஈக்கள் எழும்பியும் உட்கார்ந்தும் இருப்பை உணர்த்தின. பிசுபிசுத்த அழுக்குப் பெஞ்சில், இவனுக்கு அடுத்த பக்கமாய் உட்கார்ந்திருந்த பூதன் கத்தினான்.

"இன்னம் ரண்டு எடுத்தா . . ."

சத்தமாகச் சொல்லிவிட்டு இவனிடம் 'ரண்டு ருவா மட்டும் குடுறா. காத்தாலக்கி மொதலாளிகிட்ட வாங்கித் தந்தர்றன்' என்று காதுக்குள் மெல்லக் கேட்டான். அந்தக் குண்டு முகம் கெஞ்சுகையில் பல மடிப்புகள் விழுந்து இறைஞ்சின சதைகள். எங்கிருக்கின்றன என்றே தெரியாமல் ஜெய்சங்கரின் கண்களைப் போலக் கிடக்கும் விழிகளை அகட்டி அவன் கேட்கையில் பரிதாபமாக இருந்தது. என்றாலும் சொன்னான்.

"முந்தியே நீ ரண்டு ருவா தரோனும்டா. இன்னங் கேட்டா? எனக்குத் துணி எடுக்கோனும்டா."

"மொதலாளிகிட்ட வாங்கிக் குடுத்தர்ரன்டா."

சிமென்ட் அட்டை பரப்பிய உஷ்ணம் கடை முழுக்க ரொம்பி வியர்வையைத் தெளித்தது. சூடாகச் சாப்பிடுவதில் துளிர்த்திருந்த மீசையை மீறிக்கொண்டு வியர்வைத் துளிகள் நின்றன. முழங்கையால்

துடைத்துக்கொண்டே கிழிந்து தொடையின் பாதியைக் காட்டிய லுங்கியை இழுத்து மறைத்துக் கைக் கழுவ எழுந்து போனான் சத்தி வேல். பின்னாலேயே வந்த நடேசன் சொன்னான்.

“வெசாழக் கெழம சந்தக்கிப் போலான்டா . . . எனக்குங்கூடத் துணியில்ல.”

“ஆமா . . . இப்ப இப்பிடித்தான் சொல்லுவ . . . அப்புறம் அன்னக்கிப் பாத்தா சிவஞ்சொத்துக்கே காசிருக்காது.”

பணத்தைக் கொடுத்துவிட்டு வெளியே வந்ததும் பீடியைப் பற்ற வைத்தார்கள். மெல்ல நடந்து சந்தைக் கேட்டுக்குள் நுழைந்தார்கள். திடீரென நினைவு வந்தவன் போல எதிர்த்த பெட்டிக்கடைக்குப் போய் இரண்டு சிகரெட் வாங்கி வரச் சொன்னான் நடேசன். சத்திவேல் சாலை கடந்து போனான்.

பூதன் எதையோ நினைத்தவன் போலச் சொன்னான்.

“மீனாள் கொட்டாயிக்கிட்ட ரங்கார் கட்ட போடுவான் . . . போலாமாடா . . .?”

“சோத்துக்கே சிங்கி அடிக்கற . . . ரங்கார் கட்ட வேணுமா உனக்கு . . . உனக்கு மட்டும் எங்கீடா கொப்பரயாட்டம் வவுறு?”

“நீதான் தூள் போட்டுப் போட்டுப் பசியடங்கிக் கெடக்கற . . . எனக்கென்னடா திம்பன்.”

“எங்க இன்னொருக்காச் சொல்லு . . . கஞ்சாக் குடிச்சு நான் பசிக்காத கெடக்கறனா . . .?”

“டேடே . . . இல்லடா . . . சும்மா சொன்னன்.”

இருளுக்குள் நடந்து போய் வெறுமையாய்க் கிடந்த கடை மண்டபம் ஒன்றில் சாய்ந்து உட்கார்ந்தான். சத்திவேல் பக்கத்தில் தள்ளி உட்கார்ந்துகொண்டான். பூதன் நடேசனின் காலுக்கடியில் குந்தினான்.

சிகரெட்டின் துகள் முழுவதையும் உதிர்த்து முனையில் சிறிதை விட்டுச் சத்திவேல் நடேசனிடம் கொடுத்தான். அவன் முன்பே உள்ளங்கையில் தூளை நுணுக்கி வைத்திருந்தான். வெற்றுச் சிகரெட்டில் தூளைத் துளித்துளியாய்த் தள்ளினான். முனையிலிருந்து தூள் கொட்டிவிடாமல் இருக்க லேசாக முறுக்கிவிட்டான். இன்னொன்றின் துகளையும் உதிர்த்தான் சத்தி. இருட்டின் வெளிச்சத்தில் நியமமாய் நடந்துகொண்டிருந்தது. கீழே உட்கார்ந்திருந்த பூதன் ‘டேடே டேடே’ என்று கொஞ்சம் இடை விட்டுவிட்டுச் சொல்லிக்கொண்டிருந்தான். அதைக் கெஞ்சமும் சட்டை செய்யாமல் தூள் முழுவதையும் உள்ளே திணித்து முனையைச் சுருட்டிச் சத்திவேலிடம் கொடுத்துவிட்டு அடுத்ததில் முனைந்தான்.

குடுகுடுவென்று மூஞ்சியெலியோ வேறெதோ கால்களில் மோதித் தடுமாறி ஓடியது. கத்திக்கொண்டு எழுந்த சத்தி மறுபடி உட்கார்ந்தான். அதைத் தேடிப் பிடித்துப் பூதன் சட்டைக்குள் போட வேண்டும் என்று நினைத்தான். பூதனின் துள்ளலைக் கற்பனை செய்து சிரித்தான். அடுத்த சிகரெட் முடிகிற வரையில் முதல் சிகரெட்டைக் கையில் வைத்துக்கொண்டிருந்த சத்திவேல் அதை நடேசனிடம் கொடுத்தான். தீப்பெட்டி உரசும் சத்தம் இருட்டைக் கிழித்து நெருப்பாய் மாறியது. தீ மொக்குக் கனிந்து துளித்துளியாய் சிகரெட்டின் முனையில் கங்காய் மீந்தது. மண்டபத் தூணில் சாய்ந்து கண்களை மூடி இரண்டு இழுப்புகள் உறிஞ்சிச் சத்திவேலிடம் கொடுத்தான்.

"எச்ச படாம அடிடா . . ."

நடேசனின் தொடையில் தலை வைத்துக் கால்களை நீட்டிப் படுத்துக்கொண்டான். இரண்டு முறை நீளமாய் உறிஞ்சிவிட்டு மீண்டும் அவனிடம் கொடுத்தான். கிறுகிறுப்பின் லயத்தில் சிரிப்புப் பெரிதாக வந்தது. கையில் கிடைத்த கல்லொன்றை எடுத்துச் சுவரில் இட்டு அது விழுகிற சத்தம் கேட்டுக் கைகொட்டிச் சிரித்தான்.

"என்னடா இளிப்பு?"

செல்லமாகக் கன்னத்தில் தட்டினான் நடேசன். அந்தக் கையைப் பிடித்து அப்படியே கன்னத்தோடு அழுத்திக்கொண்டான். அதன் சொரசொரப்பு கொடுத்த இதத்தில் தனக்குள் எல்லாம் குவிந்து லேசாகிவிட்டது போலிருந்தது. கையை எடுத்துவிட்டால் என்னவாகு மென்று பயம். அதற்குள் பூதனின் தொணதொணப்பு. ஒரு இழுப்பாவது தருவான் என்று எதிர்பார்த்த பூதன் மறுபடியும் வேகவேகமாக 'டேடே. . . டேடேடே' என்று கையைப் பிடித்துக் கெஞ்சினான்.

"காலப் புடிடா . . . தர்றன் . . ."

சொல்லிவிட்டு நடேசன் கரகரவென்று மாவரைக்கிற மாதிரி சிரித்தான். சில நிமிசங்கள் பூதனிடமிருந்து எந்தச் சத்தமும் இல்லை. பின் திடீரென உணர்வு வந்தவனைப் போலத் தொங்கிக்கொண்டிருந்த நடேசனின் கால்களை அழுந்தப் பற்றிக்கொண்டான்.

"ஒரே இழுப்புடா . . . டேடே . . ."

"பாதங் காலப் புடிடா."

மரத்து இறுகிக் கிடந்த அவன் பாதத்தைப் பற்றி, மண்டியிட்டான். 'டே சத்தி. . . நீதாஞ் சொல்லுடா' என்றான். இருட்டிலும் அவன் குரல் தழைந்து உயிருக்குக் கதறும் பாச்சைகளின் சத்தம் போல் வந்தது. சத்திவேல் எழுந்து நடேசனின் தோள்மேல் சாய்ந்து முகத்தை வைத்துக்கொண்டு அடங்காத சிரிப்போடு கேட்டான்:

"குடுக்கச் சொல்றன் . . . என்ன சொன்னாலுங் கேப்பியா . . .?"

"கேக்கறன்டா."

"ஊம்பு ... தர்றம்."

சத்திவேல் சொல்லிவிட்டு ஆங்காரமாகச் சிரித்தான். பூதன் கண்கள் இருட்டிலும் கனன்றன. 'டேய் ...' எனக் கத்திக்கொண்டு, சத்திவேலின் பனியனைப் பற்றி இழுத்துக் கீழே எறிந்தான். எந்த இடம் என்று தெரியாமல் கிழியப் பொத்தெனத் தரையில் விழுந்தான். 'அம்மா' என முனகினான்.

"தாயோலி ... ங்கொம்மால ..."

கிடைக்கிற இடத்தில் கண்மண் தெரியாமல் குத்தினான் நடேசன். பூதன் ஒரு பூனைக்குட்டியைத் தூக்குவது போல வீசி எறிந்தான். புரண்டு உருண்டார்கள். பற்ற வைக்காத இன்னொரு சிகரெட் கசங்கி எங்கோ சிதறி விழுந்திருந்தது.

3

அந்தக் க்யூ நீண்டு வளைந்து பாம்பைப் போலச் சென்றது. உள்ளே எந்த நேரமும் இருள் அப்பிக் கிடந்தது. கதவின் சிறுசந்துகளின் வழியே வந்துகொண்டிருந்த வெளிச்சம் படம் ஓடுகையில், தியேட்டருக்குள் நுழையும் புரொஜக்டரின் ஒளியாய் வீசியது. கட்டிய பிறகு ஆசைக்காக ஓரிரு நாட்கள் மட்டுமே திறக்கப்பட்ட அந்தக் க்யூ தேவையில்லாமல் போனதால் மூடப்பட்டது. சோபாவுக்கு டிக்கெட் கொடுப்பதற்கென வெளிப்பக்கம் 'சோபா ரூ. 2.00' என்று எழுதப்பட்டது மங்கிய எழுத்தில் இப்போதும் அடையாளத்திற்காய் நிற்கிறது. இருபத்தைந்து சோபா டிக்கெட்டுகளுக்குத் தனிக் க்யூவும் ஆளும் வேண்டாம் என்று சாத்தப்பட்டது. எந்தச் சமயத்தில் யார்மூலம் தொடங்கப்பட்டதோ தெரியவில்லை. பையன்களின் அறிவிக்கப்படாத அறையாக மாறிப்போனது.

விடிகாலை வெளிச்சத்தில் உள்ளே நுழைந்தபோது சோடாக்காரருக்குக் கண் மயமயத்தது. எதிரில் இருட்டு கொடூரமாக மோதிப் பார்வையைச் சிதைத்தது. பழக்கமாகும் வரை நின்று நிதானித்து உள்ளே அடி எடுத்து வைத்தார். காலில் ஒரு சதை மிதிபட்டது. குனிந்து பார்த்தார். எவனோ லுங்கியை இழுத்துப் போர்த்திப் போஸ்டர் விரிப்பில் படுத்துக் கிடந்தான். குறுக்கு முறுக்கி ஒரு பொதி மூட்டையெனத் தெரிந்தான். அவன்தான் சத்திவேலோ என்கிற சந்தேகத்தில்

மூஞ்சி தெரியும்படி லுங்கியை லேசாக இழுத்துப் பார்த்தார். கைகளில் மொயமொயத்து என்னவோ ஏறுவது போலிருந்தது. உதறி இன்னொரு கையால் தேய்த்தார். வெடுக்கென ஒரே முறையில் இழுத்தார். பூதனின் முகம். ஏறுவது சீலைப் பேனாக இருக்கும் என்கிற எண்ணத்தில் சட்டென்று கையை இழுத்துக்கொண்டார். அவனோ மூஞ்சியைச் சுளித்து மீண்டும் அனிச்சையாய்ப் போர்த்திக் கொண்டான். அவனைத் தாண்டி அந்தப் பக்கம் போகலாமா, கூப்பிட்டுப் பார்க்கலாமா என்பதில் யோசனையாக இருந்தது. 'டேய் சத்தி... டேய் சத்தி...' என்று இரண்டு முறை கூப்பிட்டார். யாரிடமும் எந்த அசைவும் தெரியவில்லை. வெறுமனே குரல் சுவரில் மோதித் தலை சிதறித் திரும்பி வந்தது. அவன் படுத்திருக் கிறானா என்பதும் தெரியவில்லை. ஒருவேளை கொட்டாய்க்கு உள்ளேகூடப் படுத்திருக்கலாம். கண்களைக் கசக்கிக்கொண்டு ஓரளவு குனிந்து பார்த்தார். இன்னும் இரண்டு மூன்று உருவங்கள் ஒன்றின் காலில் ஒன்று தலை வைத்து நீளவாக்கில் கிடப்பது புகை மூட்டம் போலத் தெரிந்தது. அதில் எந்த உருவம் சத்திவேலாக இருக்கும்?

கைகளை விரித்துச் சுவரைப் பற்றிக்கொண்டு பூதனை மிதித்து விடாமல் எகிறி அடுத்த உருவத்தின் கால்களுக்கு இடையில் நின்றுகொண்டார். அவர் தாவிய தாவலில் பயந்து அலறிக் கரப்பான் களோ பாச்சைகளோ இடுக்குகள் தேடி ஒளிந்தன. உருவங்களைத் தாண்டி க்யூவின் கடைசியில் துணி மூட்டைகள் நான்கைந்து கிடந்தன. அவற்றிலிருந்து நாற்றம் பரவிக் குமட்டியது. அதற்கு மேல் போக முடியும் என்றும் தோன்றவில்லை. சுவாசம் சிரமமாகி மூச்சிரைத்தது. 'நாய்வளா... கைல புடுச்சுக்கிட்டுத் தூங்கறானுவ... கொஞ்சமாச்சும் ஒறைக்குதான்னு பாரேன்...' முனகிக்கொண்டு காலடியில் கிடந்த உருவத்தை எட்டி உதைத்தார். அதன் தலை மேல்உருவத்தின் இடுப்பில் பதிந்திருந்தது. இலேசாகப் புரண்டு முகம் காட்டியது. உற்றுப் பார்க்கச் சத்திவேல்தான் என்பது தெரிந்தது.

கண்டதும் வேகமும் கோபமும் சேர 'டே சத்தி' என்று குரலில் கனத்தோடு எருமை அடித்தொண்டையில் தீனிக்கு அழைப்பது போலச் சத்தமிட்டார். நான்கைந்து உதைக்கப்புறம் அவன் இமைகளைக் கஷ்டப்பட்டுப் பிய்த்தான். இலேசாக உள்ளே வந்திருந்த வெளிச்சம்கூட அவனுக்கு ஆகவில்லை. கண்கள் கூசின. சட்டென்று ஒரு கை உயர்ந்து மறைத்துக்கொண்டது. நவண்டைக் கடித்தபடி 'எந்திரிச்சு வாடா' என்று அதட்டிவிட்டு முன் போலவே சுவரைப் பற்றியபடி பூதனைத் தாண்டி வெளியே வந்தார்.

சத்திவேலுக்குத் தலை சுமக்க முடியாததாக இருந்தது. கண்களைத் திறக்க முடியவில்லை. போஸ்டர் பசையை ஊற்றி ஒட்டிவிட்ட மாதிரி இருந்தது. கையில் தடவுகையில் திரண்டிருந்த பூளை தெரிந்தது. அப்படியும் இப்படியும் ஆட்டி மெல்லக் கண்களைப் பிரித்தான். நீட்டிக் கிடந்த உடலை இழுத்து எழ முயன்றான். மேல்பக்கம்

கிடந்த நடேசனின் உடம்பில் பட்டிருந்த கை துண்டிக்கப்பட்டு விருத்துப் போயிருந்தது. இன்னொரு கையால் மரக்கட்டையைத் தூக்குகிற மாதிரி தூக்கி உதறி உதறிச் சரிப்படுத்தப் பார்த்தான். எழுந்து உட்கார்ந்ததும் லுங்கி கழன்று கால் வழியே கிழிசல் மாட்டியிருப்பது பட்டது. மெல்ல அதை இழுத்து இடுப்பில் சுற்றிக் கொண்டான். நிற்க முடியாமல் தள்ளாட்டம் வந்தது.

லுங்கியை நன்றாகக் கட்டிக்கொண்டான். உடம்பை அசதியும் பேன்களும் மொய்த்திருந்தன. தடவுகையில் சிறுசிறு தடிப்புகள் கைகளுக்குத் தென்பட்டன. துணிகளைத் துவைத்துக் குளிக்க வேண்டும். நடேசனையும் எழுப்பலாமா என்று நினைத்தான். வேண்டாம். இன்னும் கொஞ்சநேரம் தூங்கட்டும். கைக்குத் தட்டுப்படாமல் போனால் கொஞ்ச நேரத்தில் அவனே எழுந்துவிடுவான். கால்கள் எடுத்து வைக்க முடியாமல் கனத்தன. இரும்புக் குண்டுகளைத் தூக்கித் தூக்கி வைப்பது போலிருந்தது. பூதன்மேல் ஏறி நின்று இறங்கினான். அவன் கொஞ்சமும் அசையாமல் கிடந்தான். சுவரைப் பற்றிக்கொள்ள ஆசுவாசமாய் இருந்தது. சோடாக்காரன் எதற்கு இந்த ரச்சை பண்ணுகிறான்? ஆழ்ந்து தூங்குகிற நேரத்தில் எங்கோ தீப்பிடித்து எரிகிற மாதிரி அவசரமாய் எழுப்புவான். வயசான காலத்தில் அவனுக்குத்தான் தூக்கம் வருவதில்லை.

உள்ளே நுழைந்த நாளே சோடாக்காரர் அடிப்போட்டுவிட்டார். அவர் முன்னால்தான் கூட்டிக்கொண்டு போய் நிறுத்தினான் நடேசன். கரடு தட்டிப்போன முகம். அதே சமயம் அரணை போன்ற மினுமினுப்பு. ஒருவன் சுவரோரமாய்ச் சாய்த்து வைக்கப்பட்டிருந்த கட்டிலைத் தூக்கி வந்து படிக்கடியில் போட்டான். கட்டில் குதிரை போலிருந்தது. கால்கள் சில இடங்களில் பிளந்திருந்தன. அவற்றைக் கம்பி சுத்தி இறுக்கிக் கட்டி இருந்தார்கள். தலைமாடு எது, கடைக் கட்டில் எது என்கிற வேறுபாடு தெரியாத வகையில் கயிறுகள் பழசாகி இருந்தன. குழிந்து தொங்கிப் போய்விட்டது. சந்தவை மரக் கண்கள் போலத் தரையைப் பார்த்தபடி அறுந்த கயிற்றுத் துணுக்குகள் தொங்கின. நீளமாகச் செய்யப்பட்ட தொட்டில்தான். அதில் பாதி உடம்பை உள்ளே விட்டுக்கொண்டு எம்புவதுபோல உட்கார்ந்தார் அவர். மற்றவர்கள் அவர் காலடியில் ஆளுக்கொரு பக்கமாய்ப் பரவி உட்கார்ந்தனர். சிம்மாசனத்தில் இருப்பவர் போலத் தலையை உயர்த்தி இவனை விசாரித்தார்.

"ஊரு பசவூரே தானா... இல்ல பக்கத்துல எதாச்சும் பட்டிக்காடா?"

"பசவூரேதான்."

"ஓகோ. ஆடு கீடு மேச்சிருக்கறயா...?"

"..."

"அங்க நெறைய வயக்காடுதான்டா இருக்கும் . . . எதாச்சும் பண்ணயத்து வேல தெரீமா?"

"ம்கூம் . . ."

"தெரியாட்டி என்ன . . . பெரிய கொம்பா அது . . . சோறு போட்டு வேல குடுத்தா செய்வியா?"

அன்றைக்குச் சத்திவேல் மௌனமாய் நின்றதைச் சாதகமாய் எடுத்துக்கொண்டார். அதிலிருந்து வாரத்தில் மூன்றுமுறை இந்தத் தொந்தரவு. யோசித்துக்கொண்டே வெளியே வந்ததும் வெளிச்சம் பளீரென்று அறைந்தது. அத்தனை வெளிச்சத்தில் திக்குமுக்காடி விழுந்துவிடாமல் பார்த்துக்கொண்டான். தியேட்டர் கதவுகள் திறந்து கிடந்தன. புழுக்கத்திற்காய்ப் பட்டன் கழற்றிவிட்ட சட்டைகள் போல. சவக்களை. புக்கிங் ரூமையும் கடந்து கடையோரம் வந்தான். சோடாக்காரரின் சைக்கிளில் சோற்றுப்பை மாட்டி நிறுத்தியிருந்தது.

சோடாக்காரர் ஸ்டேண்ட் மீது கையை ஊன்றிக்கொண்டு நின்றிருந்தார். பொறுமையற்றுக் கால்களை மாற்றி மாற்றி வைத்தார். அவரைப் பார்க்கையிலேயே எரிச்சல் வந்தது. சத்தியைப் பார்த்ததும் முகம் தெளிந்தார்.

"அறியாப் பசங்க. ஒரு சத்தத்துல எந்திரிக்க வேண்டாம் . . . ஏன்டா பொணமாட்டம் தூங்கறீங்க . . .?"

சும்மா நின்றான். மூஞ்சியைக் கழுவிக்கொண்டால் கொஞ்சம் ஆசுவாசமாயிருக்கும். தூக்கச் சடவு படிந்து கிடப்பதில் பேசுவதைக் கேட்கவே முடியாது. சாதாரணமாகவே அவர் இந்தப் பேச்சை எடுத்தால் முகம் சுண்டிப்போகும்.

"இருங்க மொதலாளி . . . மூஞ்சி கழுவிக்கிட்டு வந்தர்றன்."

தொட்டியை நோக்கிப் போனான். சுற்றிலும் மல நாற்றம். தொட்டிப் பைப்புக்குக் கீழே சொதசொதத்துச் சேறு திரண்டிருந்தது. எட்டி நின்று பைப்பைத் திருகினான். ஒன்றும் வரவில்லை. தொட்டிக் குத் தண்ணீர் விடவேயில்லை. காய்ந்து வரவரத்துக் கிடந்தது. பைப் வெறுமனே கிரீச்சிட்டது. சோர்வோடு திரும்பினான்.

"ஏன்டா . . . தண்ணி இல்லயா . . .? இரு. இங்க தர்றன்."

கடைக் கதவைத் திறந்து ஜீரா கிளாசில் தண்ணீர் மொண்டு கொடுத்தார். கண்களைக் கழுவிக் கொள்ளத்தான் போதுமானதா யிருந்தது. இன்னொரு கிளாஸ் தந்தார். உதட்டில் தண்ணீர்பட்டு வாய் கொப்பளிக்கையில் குமட்டுகிற மாதிரி இனித்தது. அவசரமாய்த் துப்பிவிட்டுக் கிளாசைக் கொடுத்தான். கடையைப் பூட்டிக்கொண்டே சோடாக்காரர் சொன்னார்:

"எட்ரா சைக்கிள . . . போலாம்."

எப்படி மறுப்பதென்று குழப்பமாயிருந்தது. தயங்கினான்.

"ஏன்டா . . . எடு போலாம். வர டிய்யக் குடிச்சுக்கிட்டுச் சூத்துக் காஞ்சு கெடந்தாத்தான் ஆவுமா உனக்கு . . . வா இன்னக்கி இட்லி

சுட்டுக் கோழி அடிக்கனும்னாங்க . . . வந்தீனா மூக்குப் புடிக்கத் திம்பீடா . . .”

தலையைக் குனிந்துகொண்டு சொக்காய்க் காலரைக் கடித்தான்.

“ஒரு வேலையுங் கெடையாதுடா. சும்மா ராஜாவாட்டம் சுத்திக்கிட்டு இருக்கற வேலதான். நாலு ஆடு இருக்குது. வெளியுட்டா அதும்பாட்டுக்கு மேயும். நீ நெவுலுக் கண்ட எடத்துல உக்கோந்து பாத்துக்கிட்டாப் போதும் . . . என்னொ . . .”

“. . .”

“ரவீன்னு ஒருத்தன் இருந்தான். நாயி . . . ஊட்ல இருந்து நூறு ரூவாயத் தூக்கிக்கிட்டு ஓடிட்டான் . . . இத்தனைக்கும் நல்லாத்தான் வெச்சிருந்தம். அது கெடக்குது . . . நீ கெளம்பு .”

“இல்ல மொதலாளி . . . நா . . .”

நரைத்த மீசையைத் தடவிக்கொண்டு முகத் துடிப்பை அடக்கிக் கொள்வது தெரிந்தது.

“என்னடா நொல்ல மொதலாளி . . . இவ்வளவு சொல்றன் . . . இன்னம் உனக்கென்னடா . . . நெவுலொனத்தியா இருந்துக்கிட்டுத் திங்கறதுக்குக் கசக்குதாடா . . .?”

“துணி எடுக்கோணும் மொதலாளி . . . இன்னொரு நாளக்கி . . .”

“துணி என்னடா . . .? பையஞ் சொக்கா ஊட்ல நெறையக் கெடக்குது . . . ரண்டு எடுத்துத் தர்றன் போட்டுக்கடா . . . எடு எடு . . .”

“நீங்க போங்க மொதலாளி . . . நாம் பொறத்தாண்டயே வர்றன் . . .”

“அட உங்களுக்கெல்லாம் கொழுப்புக் கட்டிக்குதுடா . . . இங்க வரும்போது நாக்கத் தொங்கப் போட்டுக்கிட்டு நாய்வளாட்டம் வர்றீங்க . . . வந்து கொஞ்ச நாள்ல ஒடம்பு திமுரெடுத்துக்குது . . . என்னடா செய்வீங்க . . . களிகம்பு தின்னு வளந்தவன்னா ஒடம்புல வேல செய்யோனுமின்னு இருக்கும். குருமாக்கொழம்பு நக்கறவனுங்களுக்கு அந்த ஒனவுதான இருக்கும். எப்படியோ போங்கடா . . . பொழைக்கத் தெரியாத . . .”

ஸ்டேண்டைப் பிடித்துக்கொண்டு நின்றான். ஒருசமயம் போய்ப் பார்க்கலாமா என்றும் தோன்றியது. ஆடு மேய்ப்பதும் சாணி எடுப்பதும் பெரிதல்ல. நாள் முழுக்க அங்கே ஆட்டைப் போல அடைந்து கிடக்க முடியாது. என்னென்னவோ சொல்லிக் கூப்பிட்டுப் பார்க்கிறார். மசிபவனாக இல்லை. திட்டிக்கொண்டு சலிப்போடு சைக்கிளை எடுத்தார். நெடுக்க வளர்ந்த உடம்பும் தொளதொளச் சட்டையுமாய்க் கூடை மயிரை அசைத்து அவர் சைக்கிளைத் தள்ளு வதைப் பார்க்கவும் இரக்கம் கப்பியது. சோடா பாட்டில் கிரேடுகள் வைப்பதற்காக இருக்கும் அந்த நீண்ட கேரியரில் ஓடிப்போய் உட்கார்ந்துகொள்ளலாமா? அவர் சொல்கிற வேலையும் எப்படி

இருக்கிறது என்றுதான் பார்த்தால் போகிறது . . . படிக்கட்டைத் தாண்டி அவர் தலை மறையப் பொறி தட்டியவனாய்ப் பின்னால் ஓடினான்.

"மொதலாளீ . . . சோத்துக்குக் காசு . . ."

ஒருகாலை நிலத்தில் ஊன்றிக்கொண்டு, பாக்கெட்டிலிருந்து ஐந்து ரூபாய்த் தாளை எடுத்து நீட்டினார்.

"கணக்கு வெச்சுக்க . . . வாங்கற காசு திங்கறதுக்குத்தான் ஆவும். ஊட்டுக்கு வந்திட்டீனா நைட்ல விக்கற காசு உனக்கு மிச்சம் பாத்துக்க . . . என்னொ . . ."

அதற்கும் எதுவும் பேசாமல் வாங்கிய பணத்தை மடித்து மேல் பாக்கெட்டில் வைத்தான்.

"செரி . . . போயி அந்தக் கேட்டத் தொற . . ."

கேட்டைத் திறக்கிற சமயத்தில் நடேசன் ஓடி வந்தான். 'மொதலாளீ . . . மொதலாளீ . . .' என்ற அவன் கதறல் துரத்துகையில் வீறிடும் பன்றிக்குட்டியின் சத்தமாய் இருந்தது. சைக்கிள் கேரியரைப் பற்றிக்கொண்டு 'சோத்துக்குக் காசு மொதலாளீ . . .' என்றான். லுங்கியைக்கூட ஒழுங்காகக் கட்டாமல் வயிற்றுக்கு மேல் அவசரத்தில் இழுத்துச் செருகியிருந்தான்.

"உனக்கு எவ்வளவுடா குடுக்கறது . . . நானென்ன அச்சடிக்கறனா . . .? எங்கூட்டு மரத்துல காச்சுத் தொங்குதா . . .? எப்பப் பாரு பணம் பணமுனு உசுரெடுக்கறயே . . . முந்தி வாங்குனதக் கழி . . . அப்பறந் தர்றன் . . ."

சத்தியின் மீதிருந்த கோபம் முழுக்க அவன் மீது இறங்கியது. சைக்கிள் மட்டும் இல்லாதிருந்தால் அடித்துவிடுவார் போல் இருந்தது.

"இந்த வாரம் சம்பளத்துல புடுச்சுக்குங்க மொதலாளி."

"அதிலயே பாதிக்கு மேல வாங்கித் தின்னுபுட்டயேடா."

சொல்லிக்கொண்டே பணத்தை எடுத்தார். சோடாக் கடையோடு சைக்கிள் ஸ்டேண்ட் எடுத்திருப்பதும் அவர்தான். சைக்கிள் நிறுத்துவதற்கு நடேசன் வாரச் சம்பளம் வாங்கிக்கொள்வான். உள்ளே சோடா விற்பதற்கு மட்டும் அன்றாடம் கமிசன். அது தூளுக்கே அவனுக்குப் போதாது. அவர் இரண்டு ரூபாயை எடுத்து நீட்டினார். வாங்கிக்கொண்டு 'இன்னொரு ரண்டு ரூவா மொதலாளி . . .' என்றான். சட்டை செய்யாமல் சைக்கிளை மிதித்தார். கேட்டைத் திறக்காமல் கொக்கியைப் பிடித்துக்கொண்டு நின்றான் சத்திவேல்.

"தொறடா."

அவர் கத்தலுக்கு மசிந்து திறந்தான். நடேசன் கெஞ்சல் காற்றில் கரைய அவர் மண்ரோட்டில் இருந்த சின்ன மேட்டைக் கடந்து போய்க்கொண்டிருந்தார்.

4

கூட்டம் திமுதிமுவென்று உள்ளே நிறைந்தது. டிக்கெட் வாங்கிக்கொண்டு நுழைந்தவர்கள் யாரும் கடைப் பக்கம்கூடத் திரும்பிப் பார்க்கவில்லை. உள்ளே போய் இடம் பிடிக்க ஓடினார்கள். சோபா டிக்கெட் காலியாகி ச்சேர் டிக்கெட் முடிந்து அதற்கப்புறம்தான் பெஞ்சும் தரையும் கொடுக்கும் வழக்கம். தலைவர் படத்துக்கென்றால் அப்படிக் கொடுத்தால்தான் சோபாவுக்கும் ச்சேருக்கும் கூட்டம் சேரும். சோடாக் காரர் கேஸ் கம்பம் தீர்ந்துவிட்டதென்று மாற்றி எடுத்துக்கொண்டு வர டவுனுக்குப் போயிருந்தார். அவர் பையன் முத்துதான் கடையில் இருந்தான். சின்னவன். ஏழாவதோ எட்டாவதோ படித்துக் கொண்டிருப்பவன். எப்போதாவது ஒரு நாளைக்குத் தான் கடைக்கு வருவான். படம் மாற்றிவிட்டால் வந்துவிடுவான். அவன் பேச்சும் முகமும் எப்போதும் சுடுகிற மாதிரி சுள்ளென்று இருக்கும்.

“கொளவி வந்திருச்சா . . .?”

“ம். மூஞ்சியப் பாரு . . . கருங்கொளவி . . .”

பூதனும் சத்தியும் கம்பிப்பெட்டிகளில் சோடாவை எடுத்து அடுக்கினார்கள். கூட்டம் நிறைவதைக் கண்டு சத்திவேல் ஒருடஜன் பெட்டியிலும் அரைடஜன் பெட்டிகள் இரண்டிலும் அடுக்கிக்கொண்டான். ஒரு பக்கத் தோளில் ஒருடஜன் பெட்டியை வைத்துக்

கொண்டு கையில் அரைடஜன் பெட்டியைத் தூக்கிக்கொள்வான். அடிக்கடி ஓடி வர முடியாது. கடை நீளவாக்கில் ஒரு பஸ்ஸைப் போல இருந்தது. மூலையில் மிஷின். கேஸ் கம்பம் மண்ணில் புதைக்கப்பட்டிருந்தது. அதிலிருந்து சுருண்டு வளைந்து ஒயர்கள் மிஷினில் வந்து பொருந்தின. மிஷினில் மூன்று பாட்டில்களை வைத்துச் சுற்றலாம். முத்து கலர் பாட்டில்களை வைத்துச் சுற்றிக் குண்டடைத்துக்கொண்டிருந்தான். ஒருபுறம் தண்ணீர்த் தொட்டிகள் இருந்தன. கதவோரத்தில் பாட்டில் கழுவும் தொட்டி. அதையடுத்துச் சின்னப் பைப் புதைக்கப்பட்ட உருளைத் தொட்டி. ஒருவண்டி தண்ணீர் பிடிக்கும் அளவுக்கான பெரிய சிமிட்டித் தொட்டி. மறுபக்கம் மர கிரேடுகள் அடுக்கியிருந்தன. இடையே நடக்க மட்டுமே வழி இருந்தது.

"சத்திவேலு . . . இந்தச் சோடாப் பாட்டிலுக்குத் தண்ணி புடுச்சுக் குட்றா."

கம்பிப்பெட்டிகளை வெளியே ஸ்டேண்டுக்குப் பக்கத்தில் வைத்து விட்டு வந்தான். பைப்பைத் திறந்து பாட்டிலை வைத்தான். கண் பாட்டிலில் நிறையும் தண்ணீர் அளவில் இருந்தது. கீழ்வரம்போடு வந்ததும் ஒருகை அதை எடுத்து அடுத்த பக்கம் வைத்தது. இன்னொரு கை தண்ணீருக்கு நேராகப் பாட்டிலை நகர்த்தியது.

"அப்பா . . . இடைவேளைக்குள்ள வந்திருவாரா . . .?"

குண்டடைக்கும் சத்தம் 'ச்சீத்' என்றது. மிஷினைத் திறந்து பாட்டில்களை எடுத்துக் கிரேடில் கவிழ்த்துவிட்டுச் சத்திக்குப் பதில் சொன்னான்.

"வந்திருவாரு . . . நீ வெளிய ஸ்டேண்டுல கொஞ்சம் அடுக்கீட்டு உள்ள எடுத்துக்கிட்டுப் போடா."

பூதன் முதலிலேயே போயிருந்தான். விரல் இடுக்குகளில் மூன்று மூன்று பாட்டில்களைக் கவ்விக்கொண்டு ஸ்டேண்டில் அடுக்கினான். சோடாவின் அளவு அதிகமாகவும் கலரின் அளவைக் குறைத்தும் நான்கு லைன்கள் முடித்து உள்ளே போகக் கம்பிப்பெட்டியைத் தூக்கித் தோளில் வைத்த நேரம் பீடாக் கடையிலிருந்து மணி கையை நீட்டிக் குதித்துக்கொண்டே ஓடி வந்தான்.

"அங்க பாருடா . . . பாரேன் . . . முத்தம்மாடா . . ."

கை நீட்டிய திசையில் ஆம்பளை முகமும் பொம்பளை அலங்கார மும் கொண்ட 'பொம்பளச் சட்டி' கடைப் பக்கம் வந்தான்/ள். கையில் ரப்பர் வளையல்கள் முழங்கை வரைக்கும் ஏறி நின்றன. அரைமுதுகைத் தொட்டுக் கிடந்த மயிரைத் தழுவிக்கொண்டு நீண்ட மல்லிகைச் சரம் ஊஞ்சலாடியது. மேலே ரவிக்கையின்றி முந்தானை மறைப்பு. சேலை வெள்ளைதான். அந்த உயரத்திற்கு அண்ணாந்துதான் பேச வேண்டும். வைரியூரில் சுண்ணாம்புச் சூளை வைத்திருக்கிறான்/ள். சந்தைக்குச் சந்தை சுண்ணாம்பு வியாபாரம் செய்வதுதான் வேலை.

“ஒரு கலர்க் குடு.”

கலரை வாங்கி வாயைத் துடைத்துவிட்டுக் குடிக்கையில் மணி ‘முத்தம்மா ...’ என்று ராகம் இழுத்துச் சடையைத் தொட்டான். திரும்பி முறைத்ததும் விலகி ஓடினான்.

‘முத்தம்மா ... ஆசை முத்தம்மா ...’ என்று கை நீட்டி டூயட் பாடுவது போல இடுப்பைத் தட்டினான். பாதிக் கலரைக் குடித்திருந்த அவன்/ள் ‘ச்சீ ... நாய்வளா ...’ என்று திரும்பி அடிக்க வருவது போலக் கையை நீட்டிவிட்டு முழுப் பாட்டிலையும் வாய்க்குள் திணித்துக் கொண்டு ‘குபுக் குபுக்’கென்று கலரை உள்ளிறக்கினான்/ள்.

பீடாக்காரர் சிரிப்பு நெளியக் கேட்டார்.

“என்ன முத்தம்மா ... தலைவரு படம்னா உடமாட்டியா ...”

மடியிலிருந்து சுருக்குப்பையை எடுத்து அவிழ்த்துக் காசைச் சத்திவேலிடம் கொடுத்தான்/ள்.

“வேற ஆரு படம் நல்லா இருக்குதாமா ... இதுல சோடி ஆரு ...? சரோசாதேவியா ...?”

“சாவித்திரி முத்தம்மா ...”

“ம் ... என்னய ஏமாத்த முடியாது ... சாவித்திரி மூனு படத்துலதான் நடிச்சிருக்கறா ... இந்தப் படம் அரச கட்டளதான ...”

“ஆமாமா ... வாவே அப்பறம் ... அந்தப் பாத்ரூம் பக்கம் போயிட்டு வர்லாம்.”

“ஊம் ... ஓகோ ... அதா அந்தக்கா இருக்குது ... இல்லீனா நல்லாச் சொல்லீருவேன் ... ஆமா.”

கழுத்தை வெட்டி இழுத்துப் பீடாக்கடைக்குள் குழந்தையை வைத்துக்கொண்டு நின்றிருந்த அவர் மனைவியைக் கைகாட்டிச் சொல்லிவிட்டு நகர்ந்தான்/ள். பின்னாடியே ‘முத்தமா ... முத்தமா ...’ என்று கூவிக்கொண்டு உடலை நெளித்து மணியும் சத்தியும் ஓடினார்கள். ‘ச்சை’ என்று காறி உமிழ்ந்து வேறொரு வெற்றிலையைக் கிள்ளி வாய்க்குள் திணித்துக்கொண்டு உள்ளே போய்விட்டான்/ள்.

“டேய் ... அத எதுக்குடா கேலி பண்றீங்க?”

இளித்துக்கொண்டு பூதன் கேட்டான். கம்பிப்பெட்டியை ஸ்டேண்ட் ஓரமாய் வைத்தான்.

“உனக்கென்ன மயரா தெரியும்... இவனையே ஒருநா அரவூருச் சிங்கானில்ல ... அவங் கூட்டிக்கிட்டுப் போயிட்டாந் தெரீமா ...?”

“ஆமா ... நிய்யும் போ.”

அவனைப் பார்த்து எகத்தாளமாய்ச் சிரித்துவிட்டுச் சத்திவேல் படம் போடுவதற்குள் இரண்டு சுற்றுச் சுற்றலாம் என்று உள்ளே

போனான். 'சோடாக் கலரே . . . சோடாக் கலரே . . .' சத்திவேலின் சத்தம் கூட்டத்தின் பேச்சுச் சத்தத்தை மீறி எதிரொலித்தது.

முத்து சோடாக்களையும் சுற்றி முடித்துவிட்டு இன்னும் இரண்டு வரிசை வெளியே அடுக்கினான். கால் முறிந்து ஒரு பக்கம் சாய்ந்த இரும்பு ச்சேரைத் தூக்கி வெளியே போட்டுக்கொண்டு பீடாக்கடையில் ஐம்பது பைசாக் கொடுத்து வாங்கிய ரொட்டியைத் தின்றான். பீடாக்கடையில் அவனுக்கு மட்டும் சலுகை. டீக்கடையிலிருந்து ஸ்டவ்வின் வீரிடலும் முட்டைப் போண்டா மணமும் வந்தன. அங்கே போய் எண்ணெய்ப் பிசுக்கேறிய கதவுக்குள் தட்டத்தில் கிடந்த போண்டா ஒன்றை எடுத்தான். வேர்வை வழிந்து நீர்யானை போன்ற உடம்போடு கடைக்காரர் ஒருபெட்டியின் மேல் உட்கார்ந்து மாவை அள்ளி அள்ளி எண்ணெய்க்குள் போட்டுக்கொண்டிருந்தார்.

"மாப்ள . . . நல்லாச் சாப்ட்றா . . . உங்கொப்பனாட்டங் காஞ்சு கெடக்காத . . . இந்தா இன்னொன்னு எடுத்துக்க."

"போதும் மாமா."

டிராயர் பாக்கெட்டுக்குள் கையைவிட்டு எண்ணெய்யைத் துடைத்துக்கொண்டு, யாரோ சோடாக் கேட்பது போலத் தெரியக் கடைக்கு ஓடி வந்தான். சத்திவேல்தான் காலிப் பாட்டில்களோடு கம்பிப்பெட்டியை வைத்துவிட்டு இன்னொன்றைத் தூக்கிக்கொண்டு உள்ளே ஓடினான். கூட்டம் வெளியே வராததால் படம் போடும் முன்பே நல்ல வியாபாரம். பூதனும் கம்பிப்பெட்டியைக் கொண்டுவந்து வைத்துக் காலிப் பாட்டில்களை எடுத்து ஸ்டேண்ட் மேல் அடுக்கினான். ஸ்டேண்டில் இருந்த சோடாக்களை எடுத்துக் கம்பிப்பெட்டியில் அடுக்கிக்கொண்டான்.

"வெளிய இருக்கற பாட்டல எடுக்காதீடா."

முத்து கத்தக் கத்த அவன் காதில் வாங்காமல் உள்ளே ஓடிப் போனான். 'கண்டாரோலி பையனே' என்று வாய்க்குள் முணு முணுத்துக்கொண்டு மறுபடியும் ச்சேரில் உட்கார்ந்தான். நடேசன் கேட் சந்தில் கைவிட்டுக்கொண்டு 'டே முத்து . . . பாஸ் எட்ரா . . .' என்று கத்தினான். கேட்டைத் தள்ளியே திறந்துவிடுகிற மாதிரி நின்ற கூட்டத்தினிடையே அவன் குரலும் அசைந்தபடி நீட்டிய கையும் தெரிந்தன. சிகரெட் அட்டையில் எண்கள் போட்டுச் சுற்றி வைத்திருந்த பாஸ்கட்டு ஒன்றைக் கடைக்குள்ளிருந்து எடுத்தோடி அவனிடம் கொடுத்தான். வாங்கியதும் போனதும் தெரியவில்லை. படம் போட்டு இரண்டாவது நாள்தான். நல்ல கூட்டம். எப்படியும் ஒரு வாரம் ஓடும். 'அரச கட்டளை' கரட்டூருக்கு வந்து ரொம்ப நாளாகிவிட்டது. 'ஆடிவா ஆடிவா' பாட்டுக்கும் 'புத்தம் புதிய புத்தகமே' பாட்டுக்கும் கூட்டத்தின் விசில் ஓய்வதேயில்லை. பாட்டே கேட்காமல் விசில் சத்தம் மட்டுமே தியேட்டர் முழுக்க ஆக்கிரமித்துக் கொள்கிறது. மற்ற தியேட்டர்கள் எதிலும் தலைவர் படம் கிடையாது.

சோடாக்காரர் கேஸ் கம்பத்தைக் கட்டிக்கொண்டு, சைக்கிளைத் தள்ளியபடி வந்தார். கடைக்குமுன் நிறுத்தி ஸ்டேண்டைப் போடு வதற்குள் 'என்னடா சோடா சுத்துனயா' என்று மகனைக் கேட்டார். 'ம்' என்று தலையை ஆட்டிக்கொண்டு சைக்கிள் ஹேண்டில்பாரைப் பிடிக்கப் போனான். ஸ்டேண்ட் போட்டு நிறுத்திவிட்டுக் கம்பத்தை அவிழ்த்தார். ஆளுக்கொரு பக்கம் பிடித்து உள்ளே கொண்டுபோய் மூலையில் சாய்த்து நிறுத்தினர். தொட்டிப் பக்கம் பார்வையை விட்டவருக்குத் திடுக்கிட்டது.

"என்னடா ... தண்ணியே இல்ல ... கூட்டம் ரண்டாவது ஆட்டத்துக்கு இதோட எச்சா வரும். முந்தியே பாக்கறதில்ல நீ? ஆளில்லைன்னா கொஞ்சமாச்சும் பொறுப்பிருக்குதா ... ரொட்டியும் மசுரும் திங்கறதுக்குத்தான்டா ஆவீங்க. வேல செஞ்சாத்தான நாயும் நக்கலும் திங்கலாம். அதுக்கு வளையலீன்னா நத்திக்கிட்டுத்தான் கெடக்கோனும் ... என்னடா பண்ணுன?"

அவன் முகம் சுண்டிவிட்டது. கோபம் முகத்தில் பொறிப் பொறிந்தது. உதட்டைப் பிதுக்கிக்கொண்டு மூஞ்சியை இழுத்தபடி ஸ்டேண்ட் ஓரமாய்ப் போய் நின்றான்.

"எதுக்குடா இப்ப நிக்கற? சொல்லிப்புட்டா நோப்பாள மயிரு வந்துருது ... இதுக்கொன்னுங் கொறச்சலில்ல ... போயித் தண்ணித் தொட்டியில எவ்வளவு கெடக்குதுன்னு பாத்துட்டு வா ... போ."

அவன் முகத்தைத் தூக்கிக்கொண்டு போனான். புக்கிங் ரூம்களில் வெளிச்சம் இருந்தது. உள்ளே எழுத்து ஓடுவது கதவுச் சந்தில் தெரிந்தது. மல் நாற்றம் துளைத்தது. ஈரக்காடாய்க் கிடந்த அதில் கால்முனைகளை மட்டும் ஊன்றித் தாவித் தாவித் தொட்டியை அடைந்தான். பைப் லேசாகச் சொட்டிக்கொண்டிருந்தது. திருகினான். வேகமாகக் கொட்டியது. கைப்பிடியைப் பிடித்து ஏறி மேலே பார்த்தான். வெளிச்சத்தில் தண்ணீர் அமைதியாய்க் கிடந்தது. சாயங்காலம்தான் விட்டிருக்க வேண்டும். ஒரு நூல் அளவுதான் குறைந்திருந்தது. ட்யூப் லைட் வெளிச்சத்தில் தொட்டியின் அடியில் பாசிகள் மீன்களைப் போல அசைந்தன. யாரும் பார்க்கும் முன்னம் சட்டென்று கீழே குதித்துக் கடைக்கு வந்தான். சோடாக்காரர் சொல்லப் பெரிய தொட்டியில் இருந்த தண்ணீரைக் குண்டாவில் மொண்டு கழுவும் தொட்டியில் ஊற்றினான். சுத்தமாகத் தண்ணீர் வடிந்ததும் தொட்டியைத் தூக்கி நிறுத்திப் பிரஷ்ஷால் தேய்த்துக் கழுவிவிட்டான். மெல்லச் சாய்த்துப் பழையபடி வைத்துவிட்டு மூச்சுவிட்டான். பழங்காலத்துப் பெரிய தொட்டி. கான்கிரீட்டில் செய்தது. உடம்பில் சக்தி இல்லாததால் பெருமளவு மூச்சிரைத்தது. கம்பத்தைப் பூட்டிக்கொண்டிருந்த சோடாக்காரர் மகனைப் பார்த்துக் கேட்டார்.

"என்னடா தண்ணி இருக்குதா? சைக்கிள எடுக்கலாமா?"

"வழியக் கெடக்குதப்பா ... இன்னம் புக்கிங் முடியலியே."

“பாரு . . . அப்பவே கணக்குப் பாத்துக்கிட்டு இருந்தாங்களே . . . சத்திவேலு நீ போயிப் பாருடா.”

சத்திவேல் போனபோது டிக்கெட் கட்டுகளையும் பெட்டியையும் தூக்கிக்கொண்டு ஆபிஸ் ரூமுக்குப் போய்க்கொண்டிருந்தார்கள். டிக்கெட் கிழிக்கும் பெரியசாமி விளக்குகளை அணைத்துவிட்டுப் புக்கிங் ரூமைச் சாத்தினான். ஒன்னுக்குப் போகிறவன் போலக் கவனித்துவிட்டு வந்தான். இங்கே தண்ணீர் எடுக்க முடியாவிட்டால் சந்தைப் பேட்டை மேட்டிலுள்ள போரிங் பைப்புக்குத்தான் போக வேண்டும். அதிலும் தண்ணீர் சரளமாக வராது. குதித்துக் குதித்து அடிப்பதற்குள் கையின் வலு அத்தனையும் உறிஞ்சப்பட்டுவிடும். அதுவும் சைக்கிளை எடுத்துக் குடம் கட்டிவிட்டால் சோடாக்காரர் ஒரு நடை, இரண்டு நடையோடு போதும் என்று விடமாட்டார். இதுதான் சமயம் என்று தொட்டி முழுக்க ரொப்பிக் கொள்வார். குறைந்தது பத்து நடையாவது போக வேண்டி இருக்கும். சத்தியும் பூதனும்தான் மாட்டவேண்டும். நல்லவேளையாகத் தொட்டியில் தண்ணீர் கிடக்கிறது. மேனேஜர் பார்த்தால்தான் பிரச்சினை. வாட்சு மேனோ மற்றவர்களோ பார்த்தால் ஒன்றுமில்லை. அவ்வப்போது குடிக்கும் சோடாவுக்கும் கலருக்குமாய் நன்றி விசுவாசம்.

குடங்கள் தயாராயின. மேனேஜர் எல்லோரிடமும் கணக்கு வாங்கி முடித்துவிட்டு வர இன்னும் அரைமணி நேரமாவது ஆகும். அதற்குள்ளாக எடுத்துவிட வேண்டும். பூதனை எங்கிருந்தோ முத்து கூட்டி வந்தான். பூதனும் சத்தியும் ஆளுக்கொரு குடத்தை எடுத்துக் கொள்ள முத்து முன்னால் நடந்தான்.

அவன் தொட்டியின் மேலேறிக்கொண்டான். சத்தி குடத்தை நீட்டினான். மொண்டு கொடுப்பான் அவன். கொண்டு போனால் சோடாக்காரர் வாங்கி உள்ளே ஊற்றிக்கொள்வார். எப்படியும் பாதித் தொட்டியாவது காலியாகிவிடும். இவர்களைப் பார்த்ததும் டீக்கடைக்காரரும் வத்தனிடம் குடத்தைக் கொடுத்துவிட்டார். அவருக்கு இரண்டு அல்லது மூன்று குடங்கள் போதும். கொஞ்ச நேரம் பேச்சுக்கே அவசியமில்லாமல் வேலை துரிதமாக நடந்தது. பாதித் தொட்டிக்கும் மேலேயே காலியாகிவிட்டது. மேலே உட்கார்ந் திருந்த முத்து சத்திவேலிடம் சொன்னான்:

“டேய் . . . அந்தப் பைப்பத் திருவி உட்றா . . . தண்ணி போவுட்டும்.”

“அத எதுக்குத் திருவி உடுவானே . . . நாமதான் மேல மோந்துக் கறமில்ல.”

அவசரத்தில் அவனுக்கு எக்கச்சக்கமாய்க் கோபம் வந்தது.

“தண்ணி போவுட்டுன்டா . . . தொட்டியில தண்ணி கெடந்தா சோடா விக்காதுடா . . . சொல்றது கொஞ்சமாச்சும் புரிஞ்சால்ல . . . எச்சக்கல பொறுக்கீங்கறது செரியாத்தான் இருக்குது.”

சத்தியின் மேனி முழுக்க அதிர்ந்தது. முகமெங்கும் சட்டிக் கரியை அள்ளிக் கொட்டிய மாதிரி இருள் திரண்டது. கண நேரத்தில்

அவை சாம்பல் பூத்த கங்குகளாய் ஒளிர்ந்தன. எதுவும் செய்யத் தோன்றாமல் அப்படியே நின்றான். எத்தனையோ வார்த்தைகளைப் பொறுத்துக்கொள்பவன்தான். பிறப்பையே கேலி செய்யும் சொற்களையெல்லாம் வெறும் பொருளற்ற வார்த்தைக் கூட்டமாய்த்தான் எடுத்துக்கொண்டிருக்கிறான். இந்த வார்த்தை மட்டும் பொறுக்க முடியாதது. பதினைந்து ஆண்டு கால வாழ்க்கை முழுவதையும் கொச்சைப்படுத்துகிற இந்தத் திட்டைக் கேட்கும் போதெல்லாம் வெறிதான் வரும்.

குடத்தைக் கையில் வைத்துக்கொண்டு அப்படியே நின்றான். அவன் மேலே இருந்து, தடிப்பான குரலில் சத்தம் வராமல் 'குட்ரா கொடத்த' என்று அதட்டினான். சத்தி அப்போதும் அப்படியே நின்றான். அதற்குள் தண்ணீரை ஊற்றிவிட்டுப் பூதன் வந்தான். பூதனின் குடத்தை வாங்கி அவன் தண்ணீர் மொண்டான். பூதன் திரும்பி வருவதற்குள் குடத்தோடு பாதித் தூரம் வந்திருக்க வேண்டிய சத்தி அப்படியே நிற்பதைக் கண்டு பூதன் என்னவோ ஆகிவிட்டதென ஊகித்தான். 'என்னடா ஆச்சு' என்று உலுக்கினான். மேலே இருந்தவன் சொன்னான்:

"எச்சக்கல பொறுக்கி ... கொடத்தக் குட்ரான்னன் ... அதுக்குத்தான் சாணிப் பொணமாட்டம் நிக்கறான்டா."

"டே முத்து ... உனக்கிருந்தாலும் இத்தன கொழுப்பு ஆவாதுடா ... எதுக்கு அப்படிச் சொல்ற ... நிய்யும் உங்கொப்பனுந்தான் எச்சப் பாட்டல் சோடா விக்கறீங்க ... உன்ன ஒருநாளக்கிப் புடிச்சு சூத்தடிச்சாத்தான்டா செரியாவும்."

"ம் ... இவன் ஜோதி ஓட்டல் தொட்டியில எச்சக்கல நக்கிக்கிட்டுக் கெடந்தவன் தான்டா ... நடேசந்தான் பாத்துக் கூட்டியாந்தான் ... அதச் சொன்னா ரோசம் பொத்துக்கிட்டு வந்திருதா."

அதைச் சொல்லிவிட்டு அவன் கெக்கெக்கென்று இளித்தான். பேயறைந்தவன் போல நிற்கும் சத்தியின் முகத்தைப் பாத்துக் கைகொட்டினான். சத்தி பல்லை நெறித்துக்கொண்டு 'டேய்' என்று குடத்தை வீசி எறிந்தான். எட்டி அவனைப் பிடித்தான். டிராயர் நுனி சிக்கியது. வலுவாய்ப் பிடித்து இழுத்துக் கீழே எறிந்தான். சுரைக்காய் போலப் பொத்தென்று மல் சேற்றுக்குள் விழுந்தான் அவன்.

"டே சத்தி ... வேண்டான்டா ... மொதலாளி பையன்டா அவன் ... டேய் டேய் ..."

சத்தியின் காதில் பூதனின் கத்தல் எதுவும் விழவில்லை. சட்டையைப் பிடித்து மேலே தூக்கித் தரையில் அடித்தான். கடிபட்ட நாயொன்று கத்துவது போலக் கூக்குரலிட்டான் முத்து.

5

சுவர்கள் ஆசுவாசமாய் மூச்சு வாங்கிக் கொண்டிருந்தன. பிடரியை உலுக்கும் கைத்தட்டல் ஆர்ப்பாட்டம் இல்லை. செவுனியில் அறையும் சீழ்க்கை ஓய்ந்து எவ்வளவோ நேரமாகிவிட்டது. கால்களில் மிதிபட்டு உண்டாகும் புண்களில் இருந்து மீட்சி. திரை நிர்மலமான முகத்தோடு அமைதியாய் நின்றிருந்தது. தரையிலிருந்து கடைசிவரை கதவுகள் விரியத் திறந்து கிடந்தன. கதவுகளின் நான்கு மடிப்புகள் காற்றில் பிரிந்து அடித்துக்கொள்ளும் சத்தம் மகிழ்ச்சி ஊளையாய்க் கேட்டது.

ஆளரவமற்ற தியேட்டரில் உட்கார மனசுக்கு நிறைவாக இருந்தது. முன்னால் இருந்த ச்சேரில் சத்தியும் நடேசனும் உட்கார்ந்தார்கள். பெஞ்சொன்றில் வத்தன் குப்புறப் படுத்துத் தூங்கிக்கொண்டிருப்பது தெரிந்தது. ச்சேரில் சாய்ந்து தலையை அதன் விளிம்பில் நன்கு அழுத்திக்கொண்டு கண்களை மூடினான் நடேசன். கால்களைத் தூக்கி முன்னாலிருந்த ச்சேரின் மேல் வைத்துக்கொண்டான். அவன் முகம் முழுக்கச் சோர்வின் களை மண்டியிருந்தது. வாயோரம் ஓடியிருந்த கோட்டுவாய் ஒழுக்குத் தாரை காய்ந்திருந்தது. கன்னங்களில் சொதசொதத்து எண்ணெய் வடிந்தது. ஆழ்ந்து யோசிப்பவனைப் போலிருந்த அவனைப் பார்த்துக் கொண்டேயிருந்தான்.

மேலே ஸீலிங் ஃபேன் ஒன்றின் ஓட்டையில் கூடு கட்டியிருந்த குருவிகள் தியேட்டருக்குள் பயமின்றிக் கத்தி விளையாடின. ஒரு முனையில் இருந்து இன்னொரு முனைக்கும் அங்கிருந்து திரும்பியும் அவை சின்ன நூல் கண்டைப் போலத் தாவிப் பறந்து வந்தன. அவற்றின் மெல்லிய கீச்சுச் சத்தம் காதுகளை வருடியது. சத்தத்தில் விழித்துக்கொண்டவனாய் நடேசன் 'ஒரு பீடி குட்ரா' என்று கை நீட்டினான். பாக்கெட் முழுவதையும் அலசிவிட்டு உதட்டைப் பிதுக்கினான்.

"அடச்சீ . . . என்னடா ?"

ரொம்பவும் சலித்துக்கொண்டு நடேசன் எழுந்தான். ச்சேர்களுக் கடியில் தேடினான். இரண்டு வரிசைகளில் தேடிப் பாதியளவில் அணைக்கப்பட்டிருந்த சிகரெட் துண்டுகளை எடுத்தான். தீப்பெட் டிக்குத் தடவினான். சத்திவேல் தன்னிடமிருந்து எடுத்து அவனுக்குப் பற்றவைத்துத் தானும் உறிஞ்சினான். கொஞ்சநேரம் இருவரும் பேசவில்லை.

சிகரெட் புகை எதை எதையோ சேர்த்துக்கொண்டு வெளிக் கிளம்பிப் போவது போலிருந்தது. மனசில் கனம் கரைந்து லேசாகியது. புகையை விட்டபடி சாம்பலைச் சுண்டினான்.

"எங்கடா . . . அந்தத் தடிச்சி இன்னம் வல்லயாட்டம் இருக்குது."

"கூட்றவளா . . . அவளப் பாக்கறதுக்குனே இந்நேரத்துக்கு எந்திரிச்சுக்கறைடா."

"ஆமா . . . அவ பெரிய சிறீதேவி . . . போடா . . . மொலதான் இத்தாப் பெருசு இருக்கும். மேனேஜர் அவகிட்டப் பேசறப்பப் பாரு. . . இளிப்பென்ன . . . தொட்டுத் தொட்டுத்தாம் பேசுவான்."

"அவளுக்கென்ன புருசன் இல்லயா ?"

"இருக்கறான் . . . கொழந்தயில்லன்னு இன்னொருத்தியக் கட்டிக்கிட்டான்."

"ம் . . ."

"எங்கடா . . . இன்னக்கி என்னமோ மத்தியானந்தான் வருவா ளாட்டம் இருக்குது . . . இத்தன வயசாயிடுச்சில்ல . . . சோடாக்காரன் இவளப் பாத்துட்டாப் போதும் . . . கலரொடச்சு வாயிலயே ஊத்திரு வானாட்டம் இருக்குது."

"ஆமா . . . வெத்தலயப் போட்டுக்கிட்டுக் கொரங்காட்டம் இருக்கறா."

"இருக்கட்டும் . . . ஒரு நாளக்கி எங்கைல மாட்டித்தான ஆவோனும் . . ."

"கிழிச்ச நீ . . ."

“அடப் போடா ... அப்பச் சொல்றன் ... நீ வேண்ணா வெளக்குப் புடிக்க வா.”

சத்திவேல் ஒன்றும் சொல்லாமல் முடிந்துவிட்ட அந்தத் துண்டை எறிந்தான். போதவில்லை. இன்னொன்றுக்காக ச்சேர்களுக்கு அடியில் குனிந்தான். பொறுக்கிக்கொண்டு நிமிர்ந்தவன் கண்களில் ஒரு மினுக்கம் அடித்தது. நன்றாகப் பார்த்தான். வெயில்பட்டு அடிக்கும் மின்னல் பெஞ்சுக்கடியிலிருந்து தெரிந்தது. கத்தினான்.

“நடேசா ... பாட்டலுடா ...”

இடையே தாறுமாறாய்க் கிடந்த எக்ஸ்ட்ரா ச்சேர்களையும் பெஞ்சுகளையும் லாவில் தாண்டிப் பெண்கள் பக்கப் பெஞ்சுக்குப் போனான். அடியில் தன்னந்தனிமையில் தேமேவென்று அனாதையாய் உட்கார்ந்திருந்தது பாட்டில். கலர் பாட்டில். ஈக்கள் மொய்த்துச் சத்தமிட்டன. சில ஈக்கள் உள்ளே விழுந்து மிஞ்சியிருந்த கலரில் மல்லாந்து மிதந்தன. அடி வாப்பாடு ஒருபக்கம் சாய்வாக வெட்டி யிருந்தது. ஒருபக்க முழங்காலை நிலத்தில் ஊன்றிக்கொண்டு நிற்பவனைப் போலிருந்தது. எடுத்தவனின் கைகளுக்குள் சந்தோசம் கடகடத்து உருண்டது. பெஞ்சின் மேல் ஏறிப் பாட்டிலை மேலும் கீழும் ஆட்டி ‘டே சத்தி’ என்று சிரித்தான். பாட்டிலைக் கண்டவன் சத்தி என்றாலும் எடுத்தவன் இவனாகிவிட்டான்.

உள்ளே சோடா விற்பவர்கள் சத்தி, நடேசன், பூதன் மூவரும்தான். இடைவேளை அவசரம். அந்தப் பத்து நிமிடத்திற்குள் இரண்டு டஜனாவது விற்றால்தான் கொஞ்சம் நிம்மதியாயிருக்கும். அதனால் ஒரே இடத்தில் நின்றுகொண்டிருக்க முடியாது. கேட்பவர்களுக்கு உடைத்துக் கொடுத்துவிட்டு அவர்கள் குடித்து முடிக்கும் வரை காத்திராமல் போய்க்கொண்டே இருப்பார்கள். திரும்ப வரும்போது பாட்டிலும் காசும் வாங்கிக்கொள்ளலாம். இடைவேளை முடிந்து படம் போட மணி அடித்துவிட்டால் போதும். விளக்குகள் அணைந்து விடும். படத்தின் ஒரு துளியையும் தவறவிட விரும்பாத கூட்டம் அடித்துப் பிடித்துக்கொண்டு உள்ளே நுழையும். கூட்ட மொய்ப்பில் கொடுத்த இடம் மறந்துவிட்டால் பாட்டில் வாங்க முடியாது. சிலர் கூப்பிட்டுக் கொடுப்பார்கள். சிலர் காசு கொடுக்காமல் தப்பிப்பதற்காகக் கண்டுகொள்ளாமல் இருந்துவிடுவார்கள்.

சோடாக்காரர் கண்களில் விளக்கெண்ணெய் விட்டுக்கொண்டு தான் கவனிப்பார். கம்பிப்பெட்டியில் ஒன்று காலியாக இருந்தாலும் திரும்ப எடுத்துப் போகும்போது காலியாகவே கொண்டுபோகச் சொல்வார். எக்ஸ்ட்ரா கொடுக்கமாட்டார். கொடுத்தால் கணக்குத் தெரியாது. அப்படியும் கடைக்குப் பக்கத்தில் கூட்டம் நிறைந்திருக்கும் சமயத்தில் சரியாகக் கவனிக்க முடியாது. அவருக்கும் ஏமாந்துவிடும். அவர்களுக்கும் தடுமாறும். அப்படி மூவரில் யாராவது ஒருவர்தான்

விட்டிருக்க வேண்டும். சோடாக்காரருக்குத் தெரிந்தால் சுயநினை வில்லாதவரைப் போல வாய் என்னென்னவோ கத்தும்.

பாட்டிலை நாய்க்குட்டியை அணைத்துக் கொஞ்சுவது போல வைத்துக் கொண்டுவந்தான். அதற்கு முன்னிருந்த அத்தனை சோர்வும் இம்சை தாங்க முடியாமல் அவனிடமிருந்து பிய்த்துக் கொண்டோடி விட்டன. முகம் முழுக்கப் பூரிப்பின் செம்மை. திரும்பவும் அதே ச்சேரில் உட்கார்ந்து எதிரில் கால்களைத் தூக்கி வைத்துக்கொண்டு ஆடிக் காட்டும் நாயின் வாலென ஆட்டினான்.

"என்னடா சத்தி ... திருட்டு முழி முழிக்கற ... நீதான் உட்டயாட்டம் இருக்குது."

"எங்கிட்ட இந்த மயரெல்லாம் வெச்சுக்காத. நா ஒரெடத்தில குடுத்தனா குடிக்கந்தின்னி அங்கயே நின்னு வாங்கிக்கிட்டுத்தாம் போவன். இல்லீனா நல்லா நெனப்பு வெச்சுக்குவன். உங்கள மாதிரி தரையில ஒன்னு ... பெஞ்சுல ... ச்சேர்ல ஒன்னுனு ஊர்ப்பட்ட எடத்துல குடுத்துட்டு நெவாத் தெரியாம தவுளிக்க மாட்டன். தெரிஞ்சுக்கோ ... நீங்க ரண்டு பேருதான் உட்ருப்பீங்க. அதும் கஞ்சாப் போதைல நீதான் உட்ருப்ப."

"டே ... நிய்யும் இப்படிப் பேசறயா. இன்னமே உனக்குக் குடுத்தனாப் பாரேன்."

"பின்ன. நீ மட்டும் என்னயச் சொல்ற ... நான் நேத்துக் கலரே ரண்டோ என்னமோதான் வித்தன். தலைவரு படம் போட்டாத்தான் கலரே விக்குது. செரி ... அதக் குடு. கொண்டோயி ஸ்டேண்ட் மேல வெச்சர்றன். சோடாக்காரரு வந்தாச் சொல்லீரலாம்."

பாட்டிலைப் பிடுங்கச் சத்தி கையை நீட்டினான். உடனே எதிர்ப் பக்கம் இவனுக்கு எட்டாத தூரத்தில் பாட்டிலை நீட்டிக்கொண்டு 'போடா' என்றான் நடேசன்.

"பூதஞ் சொல்றாப்பல மொன்னயிங்கறது செரியாத்தான்டா இருக்குது. அந்தக் கொன்னவாயங் கடையில போட்டா ரண்டு ரூவா கொடுப்பான். அத உட்டுட்டுச் சோடாக்காரங்கிட்டக் கொடுக்கலாங்கற ... போடா."

இரண்டு பேரும் வெளியே நடந்தார்கள். நடேசனின் லுங்கிக்குள் பாட்டில் குண்டு கடகடத்து உருண்டது. எதிரில் மலையாளத்தான் கடையில் டீ ஆற்றுவதைப் பார்த்ததும் வயிறும் நாக்கும் டீக்காகக் கெஞ்சின. கடையை நோக்கிக் காலெடுத்து வைத்தவனை நடேசன் இழுத்தான்.

"டீ வேண்டாம் ... வாடா."

வெயில் சுள்ளிட்டது. சூரியன் இன்னும் கரட்டு உச்சியில் பாதி முகத்தை மட்டும் காட்டிக்கொண்டிருந்தான். பக்கத்துக் காம்பவுண்ட் சுவருக்கு அந்தப் பக்கமிருந்து நெல் வேக வைக்கும் வாசனை இதமாக வந்தது. அது பசியையும் தூண்டியது. தாண்டி அவ்வளவு தூரம் நடப்பது களைப்பாக இருந்தது. சொல்லி வைத்த மாதிரி சந்தைக்குள் வழக்கமாய் உட்காரும் மண்டபத் தூணில் சாய்ந்து உட்கார்ந்தார்கள். பல்லி ஒன்று இவர்களைக் கண்டு பயந்தது போலச் சத்தமிட்டது. அண்ணாந்து அதையே பார்த்துக்கொண்டிருந்த நடேசன் என்னவோ நினைத்தது போலச் சொன்னான்.

"எங்க பாட்டி இருந்தா ரசஞ் சோறாச்சும் கொண்டாந்து குடுக்கும். ஊருக்குப் போச்சு போச்சு ... அங்கயே இருந்துக்கிச்சி."

ஆச்சரியப்பட்டுக் கேட்டான்.

"உனக்கு இதே ஊரா?"

"ஆமான்டா ... கானாந் தெருவுலதான் ஒரு ரூம்ல பாட்டி இருந்தது... இப்ப அது பூட்டித்தாங் கெடக்குது. ஒருவாரத்துல வந்தர்றமின்னு போச்சு ... காணாம். மவனூட்டயே இருந்துக்கச் சொன்னாலும் பாட்டி இருக்காது ... இந்தத்தரம் என்னமோ தெரீல."

"அம்மாளும் அப்பனும் ..."

"ப்ச். இது எங்கம்மாவப் பெத்த பாட்டிதான்டா ... ஆமா உனக்கு?"

"..."

"என்னடா சத்தி ... உங்கெம்மா எவனோடாச்சும் ஓடிப் போயிட்டாளா?"

"போடா."

சட்டென்று எழுந்து கீழே நின்றான். ஒருகல்லை எடுத்து உழும்பிக்கொண்டிருந்த பன்றியின் மேல் இட்டான். அழுக்கு லுங்கியை உதறிக் கட்டிக்கொண்டு நடேசனைப் பார்த்தான்.

"சத்தி ... சந்தைக்குள்ள தேடுனா எதாச்சும் காசு கெடக்குன்டா. நாலணா எட்டணாக்குட எடுத்திருக்கறன்."

"போடா ... சலுப்பா இருக்குது."

"சும்மா அப்படியே கீழ பாத்துக்கிட்டு ஒரு ரவுண்டு வரலாம் வா. காசில்லயின்னாலும் எதாச்சும் தகரம், இரும்பு கெடைக்கும்."

சந்தைக்குள் வலம் வந்தார்கள். மண்டபங்கள் போக வெட்டார வெளியில் சின்னச் சின்ன மேடைகள். அங்கங்கே குப்பைகளும்

காகிதங்களும் காற்றின் திசைக்குத் தகுந்தபடி சுருண்டு கிடந்தன. ஆட்டுச் சந்தைப் பக்கம் போய் வண்டி மாடுகளின் பிய்ந்து சிதறிய லாடங்களை மண்ணுக்குள் இருந்து பொறுக்கினார்கள். தோல்கடைப் பக்கம் உப்புக்குள் கிடந்து பாசி பிடித்துச் செல்லாமல் ஆகிவிட்ட எட்டணாக் காசொன்றை நடேசன் எடுத்தான்.

காலோய இன்னொரு மண்டபத்துக்குள் சத்திவேல் உட்கார்ந்து விட்டான். வயிற்றின் கத்தல் கேட்க முடியவில்லை. நேரத்தில் எழுந்தால் இதுதான் பிரச்சினை. பத்து மணிக்கு மேலென்றால் இரண்டு வேளைக்கும் சேர்த்து ஒன்றாகச் சாப்பிட்டுவிடலாம். ஒரு டீயாவது குடித்திருந்தால் இன்னும் எவ்வளவு நேரம் என்றாலும் தாங்கலாம். நடேசன் சலிக்காமல் துழாவிக்கொண்டிருந்தான். சத்தி மல்லாந்து படுத்தான். கண்களை மூடிக்கொண்டு கிடக்க ஆசுவாச மாயிருந்தது. லேசாகக் கண் கிறங்கவும் செய்தது. அந்தச் சமயத்தில் தலைப் பக்கமிருந்து தானே தும்மினாற்போல் தும்மல் சத்தம் கேட்டது. திடுக்கென்று எழுந்து உட்கார்ந்தான்.

எதிர்மூலையில் ஓர் உருவம் குறுக்கிக் கிடந்தது. அழுக்குப் பையும் குண்டாவும் தலைமாட்டில் இருந்தன. அந்த உருவத்தையே ஒருகணம் வெறித்துப் பார்த்தான். தன்னை எழுப்பிவிட்டதற்குச் சபித்துக்கொண்டோ என்னவோ அந்த இடத்தை விட்டுக் கீழே இறங்கி நடேசனைத் தேடிப் போனான்.

"போதும் வாடா . . . வவுறு பசிக்குதுடா . . . ஒண்ணும் தாங்க முடீல . . . இன்னம் எங்கெங்க இழுத்தடிக்கப் போறியோ."

"நீ வாடா . . . இன்னக்கு ஒரு ஆட்டு ஆட்டீரலாம்."

சந்தையின் கீழ்க்கேட் வழியாக இறக்கத்தில் வந்து ரோட்டை அடைந்தார்கள். அதனெதிரில் மாட்டிறைச்சிக் கடைகளும் சிறுசிறு குடிசைகளும் நிறைந்திருந்தன. அதற்குள் நுழைந்து நான்கைந்து சந்து பொந்துகளைக் கடந்து உள்ளே போனார்கள். கொஞ்ச தூரத்தில் புதிதாகக் கட்டப்படும் ரெயின்போ தியேட்டரின் மேற்புறத் தோற்றம் பளீரிட்டது.

இரும்புகளும் தகரங்களும் துருப் பிடித்துக் குவிந்து கிடந்த ஒரு குடோனுக்குள் நடேசன் போனான். ஆளரவமே இல்லாமல் எல்லா இடங்களிலும் சின்னதாகவோ பெரியதாகவோ குட்டான்கள் நின்றன. கொஞ்சநேரத்தில் புருவம் உயர்த்திச் சிரித்துக்கொண்டு நடேசன் வந்தான். அவன் கையில் அழுக்கடைந்து துவைந்த இரண்டு ரூபாய் ஒன்றும் எட்டணாக் காசும் பளிச்சிட்டன.

அதைத் தாண்டிக் காடும் எங்காவது வீடுகளுமான பகுதிகள். வைரியூர் அது. உள்ளே போகப் போகத் தென்னை மரங்களும் பனைமரங்களும் நிறைந்த நிலங்கள் தென்பட்டன. ஒரு தோப்புக்குள்

புகுந்து உள்ளிருந்த குடிசையை நோக்கிப் போனான். மரங்களுக்குக் காலையில்தான் தண்ணீர் பாய்ச்சியிருக்க வேண்டும். கால் வைக்கச் சேறு படிந்தது. குடிசைக்கு முன்னால் ஆண்கள் நிறையப் பேர் குந்துகால் வைத்துக்கொண்டு உட்கார்ந்திருந்தார்கள். சிலர் கைகளில் டம்ளர் இருந்தது. கொஞ்சம் தள்ளி ஒரு அம்மா கூடையில் இட்லி விற்றுக்கொண்டிருந்தாள்.

ஓர் ஓரமாய் இரண்டு பேரும் உட்கார்ந்தனர். இரண்டு நீள டம்ளர்கள் வந்தன. தென்னங்கள். மணம் கசிந்து வாய் ஊறியது. கண்களை இறுக மூடிக்கொண்டு ஒரே தம்மில் காலி செய்துவிட்டுக் கீழே வைத்தான். நடேசன் துளித்துளியாய்ச் சுவைத்துக் குடித்துக் கொண்டிருந்தான். ஒரு செருமுச் செருமித் தொண்டையைச் சரிப் படுத்திக்கொண்டான் சத்தி. உடம்பு சிலிர்த்து அடங்கியது. தலையைக் குனிந்து காரலைத் துப்பினான். ருசி கண்ட தொண்டைதான் என்றாலும் இடை விட்டதில் ஒரு கசப்புத் தோன்றியது. சமாளித்து நிமிர்வதற்குள் நடேசன் முடித்திருந்தான்.

இட்லிக்காரிக்கு முன்னால் உட்கார்ந்தான். நடேசன் பணத்தைக் கொடுத்துவிட்டு வந்தான். இட்லிக்குக் குழம்பு தண்ணீர் போல இருந்தாலும் நல்ல காரமாய் உள்ளிறங்கியது. வழித்து வழித்து நக்கினான். இட்லிக்காரி சலிக்காமல் சின்னக் கரண்டியில் குழம்பை மொண்டு ஊற்றிக்கொண்டிருந்தாள். சத்தியிடம் இருந்த ஐந்து ரூபாயை வாங்கி இட்லிக்காரிக்குக் கொடுத்துச் சில்லரையைப் பாக்கெட்டில் போட்டுக் கொண்டான் நடேசன்.

கள்ளின் ஏப்பம் நாறிக்கொண்டு வந்தது. மெல்லமாய் நடந்து போய்க் கொட்டாய் சேர்ந்துவிட்டால் அக்கடா என்று விழுந்து விடலாம். நல்ல தூக்கம் வரும். நடேசன் கொஞ்சமும் தள்ளாட்டம் இல்லாமல் சுறுசுறுப்போடு முன்னால் ஓடுகிறவன் போல நடந்து போனான்.

“டேய் . . . எங்கடா இத்தன வேகமாப் போற . . . இழுக்கடிக்காதீடா . . . கொட்டாய்க்குப் போலான்டா.”

“சும்மா வாடா . . . இங்க பக்கத்துல கொளத்துக்காட்டுக் கெணத்துல ரண்டு குதி குதிச்சுட்டுப் போலாம்.”

“டே டே எனக்கு நீத்தந் தெரியாதுடா . . . நாம் போறன் . . . நீ குதிச்சுட்டு வா.”

ஏதோ அதிசயம் கண்டுவிட்ட மாதிரி அவன் ஊளையிட்டுச் சிரித்தான். ரோட்டோரமாய் அவர்களைக் கண்டு ஓடிய ஓடக்கான் மரத்தில் ஏறித் தலையைத் தலையை ஆட்டி விழித்தது. அதைக் கல்லால் அடித்தான். அது இன்னும் கொஞ்சம் மேலே போய் நின்று கொண்டு பயப் பார்வை பார்த்தது. அந்த வேம்பின் அடியில் விழுந்து கிடந்த நிழல் குளிர்ச்சியில் படுத்துத் தூங்கினால் அருமையாக

இருக்கும். நடேசனோ வெறி வந்தவன் போலக் காட்டுக்குள் ஓடினான். கொஞ்ச தூரத்தில் கிணறு தெரிந்தது. நிறையப் பேர் குதிக்கிற சத்தம். நடேசன் பின்னால் இவனும் ஓடினான்.

சட்டையை அவிழ்த்தெறிந்துவிட்டுப் பெருஞ்சத்தத்துடன் உள்ளே குதித்தான் நடேசன். லுங்கி தானாகவே கழன்று விழுந்திருந்தது. சத்தி காலைத் தூரமாய் வைத்துக்கொண்டு தலையை மட்டும் முன்நகர்த்தி மெல்லமாய் எட்டிப் பார்த்தான். நடேசனின் ஆங்காரக் குதிப்பில் அதிர்ந்து உள்ளே இருந்த பையன்கள் அவன் குதித்த இடத்தையே பார்த்துக்கொண்டிருந்தார்கள். அவன் மேலே வரவில்லை. சத்திவேலுக்கும் பயமாக இருந்தது. இவ்வளவு நேரம் காணோமே. போதை அழுத்திவிட்டதோ. கிணறு அகல விரிந்து பெரிதாய்க் கிடந்தது. பச்சை நிறத்தில் ரொம்பிக் கிடந்த தண்ணீர் அதில் புழக்கமில்லை என்பதை உணர்த்தியது. கிணற்றின் வேறொரு மூலையில் ‘ஆஹ்’ என்ற சத்தத்தோடு அவன் எழுந்தான். மூச்சு வந்தது.

கிணற்றோரமாய் நின்று வேடிக்கை பார்த்தான். பையன்கள் அதிர்ச்சி நீங்கி மறுபடி குதித்து விளையாடத் தொடங்கினார்கள். நடேசன் அவனைப் பார்த்து இளித்தான். எல்லாப் பற்களும் தெரிய எங்கிருந்துதான் இப்படி ஒரு இளிப்பு வருகிறதோ என்றிருந்தது. ராஸ்கல். தலை தள்ளாட மேலேறி வந்தான். சத்தி நிற்குமிடம் நோக்கித்தான் குதிக்க வருகிறான் என்ற எண்ணத்தில் சத்தி நின்று கொண்டிருந்தான். எதிர்பார்க்காத தருணத்தில் ‘டேய்...’ என்ற கூச்சலோடு இவனை நெட்டி உள்ளே தள்ளினான். சுழன்று போய் விழுந்தான். லுங்கியும் சட்டையும் மாட்டிக்கொண்டன. நடேசனும் உள்ளே குதித்தான். மேலே வந்த சத்திவேல் கைகளைப் படார் படாரென்று அடித்தான். தவளையைப் போலக் கத்தினான். நடேசனின் கை தலைமயிரைப் பற்றி இழுத்தது.

6

படிக்கடியில் சத்திவேல் குப்புறப் படுத்துக் கிடந்தான். கவிழ்ந்து கிடந்த அவன் மூச்சு புரொஜக் டரின் சத்தம் போலச் சீராக வந்தது. காற்று அவன் மீது நிரப்பும் புழுதி கூட்டி வாரலாம் என்னும் அளவுக்குச் சேர்ந்திருந்தது. கோட்டுவாய் ஒழுகி வடிந்தது. வெயிலின் கானல் தாங்காமல் நிழல் நோக்கி ஓடி வந்த எறும்புகள் அவனைச் சுற்றிலும் பரவியிருந்தன. அசைகையில் சிக்கிச் சில நசுங்கின. நெடுங்காலமாகத் தூங்காமல் இருந்தவனைப் போலக் கிடந்தான்.

"சத்தீ... டேய்... சத்திக்கண்ணு..."

தூரத்திலிருந்து வந்த தடித்த குரல் மோதி உடம்பு அதிர்ந்தது. குரலில் இருந்த குழைவில் மனம் கசிந்தது. திரும்பவும் காதுக்கு வெகு அருகில் ஒலிப்பது போல உணர்ந்தான். வெற்றுக் கனவாகவும் இருக்கலாம் என்கிற நினைப்பில் கண்களைத் திறக்காமல் படுத்திருந் தான். ஆனால் தூக்கம் முழுக்கவும் போய்விட்டிருந்தது. அந்தக் குரல்வளையைப் பிடித்து நெரித்துவிடக் கைகள் பரபரத்தன. ஏனோ குலுங்கி அழ வேண்டும் போலவும் இருந்தது.

"சத்தீ... சத்திக்கண்ணூ..."

கனவில்லை. பிசிறில்லாமல் காற்று கொண்டு வரும் குரல் உண்மைதான். பதறி எழுந்தான். எந்தப் பக்க மிருந்து வருகிறது என்பதும் தெரியவில்லை. தன்னைச்

சுற்றிலும் பார்த்துக்கொண்டான். ஒருவருமில்லை. கடைகளின் முன்னால் வெயில் மட்டுமே யாரையும் வரவிடாமல் தடுத்து நின்றுகொண்டிருந்தது. யாரையும் காணோம் என்பதே கொஞ்சம் தெம்பைக் கொடுத்தது. எழுந்து வெளியே போய்க் குரலைப் பார்க் கலாமா அப்படியே தெரியாதது போல உள்ளே ஓடிப் புகுந்து கொள்ளலாமா என்று நினைத்தான். ஒன்றையும் தீர்மானிக்க முடிய வில்லை. அதற்குள் குரல் மறுபடியும்.

"சத்திவேலூஉ . . . கண்ணூஉ . . ."

குரலுக்கு மட்டும் தேய்வே இல்லாமல் இருப்பதைக் கண்டு சந்தோசமாக இருந்தது. ஒன்றும் வேண்டாம். குரலே போதும். அடித்து நொறுக்கி எதையும் சாதித்துவிடும். அதிலிருக்கும் நெகிழ்வின் சுகம் செயற்கையானதோ என்றும் சந்தேகம். எங்கேதான் போனாலும் சுற்றிச் சுற்றி ஒரு வலை போல இந்தக் குரல் வருகிறது. எதிர்பார்க்காத ஏதோ ஒரு நேரத்தில் விழவைத்துவிடும் என்கிற பயத்தோடே எப்போதும் நடமாட வேண்டியிருக்கிறது. எப்படித்தான் தன் ருசி இந்தக் குரலுக்குத் தெரிந்துவிடுகிறதோ. பாதாளத்திற்குள் போய்ப் புகுந்துகொண்டாலும் தேடிக் கண்டுபிடித்துவிடுமோ?

"டேய்ய் . . . சத்திவேலூஉ . . ."

ரொம்ப நேரம் கூப்பிட்டோ என்னவோ குரலில் அழுத்தம் கூடியிருந்தது. இல்லாதது போல உள்ளே புகுந்து கொள்வதுதான் நல்லது. அதிலென்ன, இப்படியே உட்கார்ந்திருந்தாலும் குரல் கண்டுபிடித்துவிடாது. ஏதாவது சத்தம் போட்டால்தான் பிரச்சினை. என்றாலும் பூதனோ மணியோ வேறு யாருமோ பார்த்து விசாரிக்கப் போய்விட்டால்? அதற்குள்ளாக ஓட்டிவிட வேண்டும். பரபரப்பாக எழுந்தான். குரல் கேட்டோரம் நின்றிருந்தது. வெயில் தாங்க முடியாமல் ஒரு நீர்ப்பறவை போல வாயைத் திறந்துகொண்டிருந்தது. கையைக் குவித்துக் கண்களுக்கு மேலே ஒட்டு வைத்திருந்தது. நரைத்த மயிர் கழுத்திற்கு மேல் பல பகுதிகளையும் மூடியிருந்தது. மொட்டைக்கட்டையான உடம்பு. இடையில் மட்டும் சிறு வேட்டி சாணி நிறத்தில். மேனி முழுவதும் கனுக்கனுவென மினுங்கிக் கொண்டிருந்தது. ஒரு கையில் அழுக்கேறிய துணிப்பையும் கயிறு கோத்து மாட்டியிருந்த குண்டாவும் தொங்கின. விரல்களைப் பார்த்தான். முன்னைவிட மழுக்கம். நகங்களைக் காணவில்லை. சுரந்த இரக்கத்தோடு கொஞ்சநேரம் பார்த்துக்கொண்டிருந்தான். குரலுக்கு எதிர்வினை வருகிறதா என்று பார்ப்பது போலச் சிறிது இடைவெளி விட்டு மறுபடி தொடங்கியது.

"சத்திவேலூஉ . . . டேய்ய் . . ."

சலிப்பும் பெருமூச்சும் கொண்டு நடந்தான். வெளியே வந்ததும் வெயிலின் சூடு தகித்தது. கடைப்பக்கமோ ஆபிஸ் பக்கமோ ஒருவரும் இல்லை. குரல் கொடுத்தான்.

“ஏப்பா கத்தற ... இரு ... கேட் பூட்டியிருக்குது ... அந்தப் பக்கமா வர்றன் ... கத்தித் தொலையாத.”

கண்களை இடுக்கிக்கொண்டு அவனைக் கூர்ந்து பார்த்தார். கண்டுவிட்ட உற்சாகம் முகத்தில் சிரிப்பாய்ப் பொங்கியது. மெயின் கேட் பக்கம் வந்து மலையாளத்தான் கடையில் டீ சொன்னான். தண்ணீர் வாங்கி முகத்தைத் துடைத்துக்கொண்டான். டீயைக் குடித்துவிட்டுப் போகும்போது அவர் தடியை ஊன்றிக்கொண்டு வெயிலில் விழிக்க முடியாமல் இமைகளைச் சுருக்கியபடி இந்தப் பக்கம் வருவதைக் கண்டான். இவ்வளவு நேரம் ஆகியும் ஆள் வராமல் வெளிப்பக்கமாக ஓடிவிட்டானோ என்று சந்தேகம் வந்திருக்கும்.

கடைக்கு அருகில் வருவதற்குள் ஓடிப்போய் முழங்கைப் பகுதியைப் பற்றி இழுத்தான். அவர் அதிர்ந்து ‘டேய்’ என்றார். அதற்குள் திருப்பி இழுத்துக்கொண்டு போனான். அவன் நடைக்கு ஈடு கொடுக்க முடியாமல் விழுந்துவிடுவது போல ஓடினார். முட்கள் அடர்ந்த அந்தப் பகுதியில் சீட்டு விளையாடுபவர்கள் போட்டு வைத்திருந்த இடத்தில் கொண்டுபோய் நிறுத்தி ‘உக்கோரு’ என்றான். லேசாகக் குனிந்து ஒருகையைத் தரையில் ஊன்றி இயலாமையின் முனகலோடு கால்களை நீட்டி உட்கார்ந்தார்.

“ஒரு அப்பன்னு நிய்யும் வந்தர்ற ... எங்க போனாலும் எப்பிடித்தான் மோப்பம் புடிப்பயோ ... எங்கயும் ஓடீரமாட்டன் ... இரு வர்றன்.”

திரும்பவும் டீக்கடைக்குப் போனான். ஒருடீயை வாங்கி டம்ளரின் மேல் பகுதியைப் பேப்பரால் மூடிக்கொண்டு முள்ளுக்குள் வந்தான். யாராவது பார்ப்பார்களோ என்கிற பயம் கூடவே வந்தது. மனசு திடுக்திடுக் என்று அடித்துக்கொண்டது.

டம்ளரை அவர் கையில் திணித்துக் ‘குடி’ என்றான். இரண்டு கைகளிலும் ஒருசேரப் பற்றி, விளக்குப் போலக் கையைக் குவித்துக் கொண்டு குடிக்கத் தொடங்கினார்.

“என்ன மசுருக்கு இங்க வந்த ... நாந்தான் சத்திவேலோட அப்பன் ... பாரு குட்டம் புடிச்சுக் கெடக்கறன். பிச்சையெடுத்துக்கிட்டுத் திரியறன்னு எல்லாருக்குங் காட்டவா ... ஏப்பா?”

“டேய் ... எங் கண்ணு. இப்பிடிப் பேசலாமாடா? என்னமோ எந் தலையெழுத்து இப்பிடி இருக்குது ... உன்னயப் பாக்காத எப்பிடீடா இருப்பன்? எனக்குனு உன்னயத் தவிர ஆருடா இருக்கறா?”

“அடாடா ... இதுல ஒண்ணுங் கொறச்சலில்ல ... பாசம் அப்பிடியே பொத்துக்கிட்டு ஊத்துதா? எப்பிடி நான் போற எடத்தயெல்லாங் கண்டுபுடிக்கற ... கண்ணுக்கூடத் தெரியறதில்ல.”

“நம்ம குருவிக்காரன்தாஞ் சொன்னான் ... நீ இங்கதான் இருக் கறீன்னு ... பின்னென்ன நான் ஆளா வெச்சுக் கண்டுபுடிக்கறன்.”

குடித்து முடித்திருந்த டம்ளரை வாங்கிக் கொண்டுபோய்க் கடையில் கொடுக்கப் போனான். தலையை வலித்தது. இதை எப்படிச் சமாளிப்பது என்றே தெரியவில்லை. இந்தக் கிழட்டு நாய் ஒருவழியாக மண்டையைப் போட்டுத் தொலைந்தால் என்ன? அப்பன் என்று சொல்லிக் கொண்டு இந்தப் பிசாசு ஏன் இப்படித் துரத்துகிறது? பூதனுடைய அப்பனைப் போல வேறொருத்தியைக் கூட்டிக்கொண்டு எங்காவது ஓடியிருந்தால்கூடப் பரவாயில்லை. கிழவன் கண்ணிலேயே படாமல் இருக்கலாம் என்றால் விடாமல் துரத்துகிறான். இந்த முறை கண்டிப்பாகச் சொல்லிவிட வேண்டியதுதான். மீறி இந்தப் பக்கம் வந்தால் காலை முறித்துச் சந்தை மண்டபத்திற்குள் தூக்கி விசிறிவிடலாம்.

நெஞ்சில் குமுறிக்கொண்டிருந்த எண்ணங்களோடு அவரிடம் போனான். பீடிப்புகை முள்ளுக்குள்ளிருந்து வருவது தெரிந்தது. 'இதாங் கொற.' தூரத்திலிருந்தே சொன்னான்.

"செரி செரி . . . கெளம்பு . . ."

அவனை ஒரு கணம் திரும்பிப் பார்த்தவர் கெஞ்சுகிற தொனியில் சொன்னார்.

"டேய் சண்டாளா . . . ஏன்டா இப்பிடி முடுக்கற? நான் உன் அப்பன்டா . . ."

"இதச் சொல்ற மாதிரியா வெச்சிருக்கற . . . சொல்லிக்கிட்டுக் கீது கொட்டாயிக்கு வந்து எம் மானத்த வாங்காத. குட்டம் புடுச்சவன் பையன்னா பாட்டலத் தொடக்கூட உடமாட்டான் சோடாக்காரன்."

"அவுரு தங்கமானவருடா . . . எனக்கு முந்தியே தெரியும்டா அவர . . ."

"செரி செரி. கெளம்பு, எனக்கு வேல இருக்குது."

துணியால் வேடு கட்டி வைத்திருந்த குண்டாவை எடுத்தார். அவிழ்த்துச் சோற்றை அவன் பக்கம் நீட்டினார். அவனுக்குக் கோபத்தில் மூச்சிரைத்தது.

"கண்ணு . . . அரவூருக் கீர்த்தியில்ல . . . அவுங்கூட்ல கெடாக்கறிடா . . . அங்க போட்டதுதான். உனக்குன்னு கொண்டாந்தன் . . . நாங் கையிகூட வெக்கில . . . இந்தாடா தின்னுடா."

"கெழட்டுத் தாயோலி . . . நீ பிச்சை எடுத்துக் குடுக்கறத நாந் திங்கறதா . . . மூடிக்கிட்டு எந்திரிச்சுப் போயிரு ஆமா . . . ஆத்தரத்தக் கெளப்பாத . . . ஆமா."

"நாங் கையே தொடலீடா . . . நல்ல சோறு தின்னு எத்தன நாளாச்சோ நிய்யி . . . ஒண்ணும் நெனக்காத . . . இந்தா."

அவர் கண்களிலிருந்து நீர் திரண்டது. நீட்டிய குண்டா நீட்டிய படியே இருந்தது. அவன் நின்றுகொண்டேயிருந்தான். உட்காரக்கூட இல்லை.

"இந்த மசுரெல்லாம் வேண்டாம் . . . எடு. கெளம்பு கெளம்பு . . . கெளம்பறயா . . . நான் போவட்டுமா?"

"ஏன்டா இப்பிடிக் கத்தற?"

"கத்தறன் . . . ஏன் என்னோட பாவத்தக் கொட்டற? போயித் தொலையேன் . . ."

நடுங்கும் கைகளால் குண்டாவின் சோற்றை எடுத்துத் திரும்பவும் வேடு கட்டினார். கை இன்னும் பலம் கொண்டிருந்தது. கால்களைப் பார்க்கவே அருவெறுப்பாயிருந்தது. மூக்கு அமிழ்ந்து இல்லாதது போலிருந்தது. குண்டாவை மாட்டிக்கொண்டு மடியிலிருந்து ஒரு சுருக்குப் பையை அவிழ்த்தெடுத்தார். சில்லரைகள் குலுங்கின. உள்ளிருந்து கசங்கி நான்கைந்தாய் மடிக்கப்பட்ட பத்து ரூபாய் நோட்டு ஒன்றை எடுத்து நீட்டினார்.

"இந்தாடா . . . இதயாச்சும் வெச்சுக்க . . . இதயும் வேண்டாங்காத."

"நீ சம்பாரிச்சுக் கொண்டாந்துட்ட . . . நான் வாங்கி வெச்சுக்கரன். போவியா . . . இப்பத்தான் . . ."

"வெச்சுக்கடா . . . நல்ல சொக்காயா ஒன்னு எடுத்துக்க. புடிடா . . . எங் கண்ணுல்ல . . ."

"வேண்டாம் வேண்டாம் . . . நிய்யே வெச்சுக்கிட்டுக் கெளம்பு . . . எங்கட்டக் காசிருக்குது."

"இருந்தா என்ன . . . வெச்சுக்க . . . எனக்காவ வெச்சுக்கடா . . . டேய் . . . உங்கொப்பங் குடுங்கறன்டா."

விரல்களுக்கிடையே தடுமாறிக்கொண்டிருந்த நோட்டை வெடுக்கென்று பிடுங்கிப் பாக்கெட்டுக்குள் போட்டுக்கொண்டான். கண்ணில் திருப்தி. பையையும் எடுத்துக்கொண்டு நடந்தார். கால் முள் பக்கம் போக 'இப்படி வா' என்று இழுத்துவிட்டான்.

"இங்க பாருப்பா . . . இன்னைக்கோட செரி. இந்தப்பக்கம் வந்தராத . அப்பன் மவங்கறதெல்லாம் இருக்கட்டும் . . . மவன் நல்லாயிருக் கோன்னா வராத."

"டேய் சத்தி . . . நீ எங்கண்ணுலயே நிக்கறீடா . . . பாக்கோனும் . . . பாக்கோனும்னே இருக்குதடா . . . எப்படீடா வராத இருக்கட்டும்?"

"ம்க்கும். செரி செரி. அழுவாத . . . வைரியூருக் கோயில்லதான படுத்திருப்ப . . . நானே வந்து பாக்கறன் . . . நீ இங்க வராத."

"நீ வருவியாடா . . ."

"வருவன் வருவன். நீ இன்னொருக்கா இங்க வந்த . . . அப்பறம் பாத்துக்க . . . எங்காச்சும் கண்ணுக்கெட்டாத போயிருவன் . . . ஆமா . . ."

“நான் வர்லீடா கண்ணு . . . நீ இங்கயே இரு. நான் போயிட்டு வரட்டுமா? நல்ல துணி போடு . . . நல்லாச் சாப்புடு. பணம் இல்லீன்னா வா . . . அந்தக் குருவிக்காரங்கிட்டக் குட இரவது ருவா குடுத்து வெச்சிருக்கறன். வாங்கித் தர்றன். என்னொ . . .”

தடியின் உதவியோடு அவர் ஊர்வதைப் பார்த்துப் பெருமூச்செறிந் தான். தலை பாரமாய்க் கனத்தது. நடேசன் இருந்தால் கொஞ்சம் தூள் வாங்க வேண்டும். தலையைச் சிலுப்பிக்கொண்டு கொட்டாயை நோக்கி நகர்ந்தான்.

7

எச்சில் பாட்டில்களை எடுத்துக் கழுவும் தொட்டியில் போட்டு ஊற வைத்தான். கம்பிப் புருசை உள்ளே நுழைத்துச் சுழற்றி இழுத்தான். நுரை கிளம்பியது. ச்சிரக் ச்சிரக் என்கிற சத்தத்தோடு வெளியே இழுத்துப் புருசைத் தண்ணீருக்குள் போட்டான். அழுக்கு நீரில் கட்டைப் புருசு மிதந்தது. அதை எடுத்துப் பாட்டிலின் மேல்பக்கம் சுழற்றித் தேய்த்தான். இன்னொரு முறை கையால் கழுவிப் பாட்டிலைக் கீழே வைத்தான். புதுசு போலத் தகதகத்தது. கீழே பூதன் உட்கார்ந்து பாட்டில்களுக்குத் தண்ணீர் பிடித்துக்கொண்டிருந்தான். இரண்டாவது ஆட்டம் டிக்கெட் கொடுக்க இன்னும் சில நிமிசங்களே இருந்தன. தலைவர் படம் என்றால் எப்படியும் இரண்டாவது ஆட்டத்திற்குக் கூட்டம் சேர்ந்துவிடும். படம் போட்டு ஒருவாரமாகியும் சுமாராகக் கூட்டமிருந்தது.

கை மாற்றி மாற்றிப் பாட்டிலை எடுத்து வைத்துத் தண்ணீர் பிடிக்கும் அவசரத்துக்கிடையே முதலாளியைப் பூதன் ஏறிட்டுப் பார்த்தான்.

“மொதலாளி ... அப்பல ஆபரேட்டர் கஜேந்திரன் ஒரு டொரினாக் குடிச்சான் ... உங்ககிட்டப் பணம் குடுத்தர்ரமின்னான்.”

“தாயோலி ... அவன் எந்தப் பணம்டா குடுக்கப் போறான்? ஓசுல சோடாத்தாங் குடிச்சுக்கிட்டு

இருந்தான் ... இப்ப டொரினாவே ஆரம்பிச்சுட்டானா? நானில்லாதப்ப உன்னய ஆருடா குடுக்கச் சொன்னா? அவன் என்ன காசா குடுக்கப் போறான் ... ஓசுன்னா கைல புடுச்சுக்கிட்டு வந்திருவாங்க ... இடைவேள ஒரு அஞ்சு நிமசஞ் சேத்தி உடுன்னா உடறானா பாரேன்."

பேச்சை முடித்த வேகத்தோடு சாவியைத் தள்ளிக் குண்டடைத்தார். 'ச்சீத்' என்று பெரிய சத்தம் போட்டுப் பின் குலுங்கி அழுவது போலக் கரகரத்துக் காற்றும் நீரும் சாவியில் வழிந்தன. மெஷினைத் திறந்து கழற்றிச் சோடாக்களை எடுத்து வைத்தார். சுற்றுவதற்காக மீண்டும் மூன்று பாட்டில்களை உள்ளே பொருத்தினார். சத்திவேல் மிச்சமிருந்த கலர் பாட்டில்களையும் தொட்டிக்குள் விட்டான். தண்ணீர் சாணி கரைத்த மாதிரி அழுக்கடைந்து போயிருந்தது. முதலாளியின் கோபத்தை முன்னிட்டு இரண்டு பேரும் சத்தமில்லாமல் வேலையில் கவனம் கொண்டனர். மௌனத்தைக் கலைக்கிற மாதிரி திடுமென்று மேனேஜர் உள்ளே நுழைந்தான்.

"அண்ணா ... கொஞ்ச நேரம் டிக்கெட் கிழிக்கப் பையன் ஒருத்தன உடுன்னா ... சம்முகன் 'இன்றே கடைசி' ஒட்டப் போயிட்டான் ... ஆளில்ல."

சுற்றுவதை நிறுத்திவிட்டுச் சோடாக்காரர் மேனேஜரின் முகத்துக்கு நேராகப் பார்த்துக் கேட்டார். ஆபரேட்டர் மீதிருந்த கோபம் முழுக்கவும் இங்கே திரும்பியது.

"உங்க வேலைக்கு ஆளில்லைன்னா ... எங்க பசங்கள உடச் சொல்லிக் கேக்கறீங்கல்ல ... எங்களுக்கு வேணுமின்னா டிக்கெட் கிழிக்கற பசங்கள உடறீங்களா? கொஞ்சநேரம் வந்து சோடா விக்கறதுக்குள்ள ஏழாளு அவனக் கூப்பட வந்தர்றீங்க ... இத்தனைக்கும் சும்மாவா வாரானுங்க ... கமிசன் தர்றம் ... அதுக்குள்ள என்னமோ டிக்கெட் கிழிக்கறவந்தான் இந்தக் கொட்டாயவே தாங்கற மாதிரி ..."

"நானென்னண்ணா பண்ணட்டும் ... மொதலாளி வேண்டாங் கறாரு ... நாஞ் சொன்னாக் கேப்பாரா?"

மேனேஜரின் குரலில் இருந்த பணிவு இன்னும் தூண்டியது.

"ஆமா ... அந்தக் கெழவன் மயித்துனான் ... அவுங்கப்பனயே எனக்குத் தெரீம் ... தலையில நாலு பொடவயும் வேட்டியும் வெச்சுக்கிட்டு ஊரூரா விக்க வருவான். இப்ப நாலு காசு கைல வரமுடி ஊத்தம் ஏறிப் போச்சு ... சட்டம் போடறானா சட்டம் ... வாடவயக் கொறச்சு வாங்கச் சொல்லு ... பாப்பம்."

"அவசரத்துக்கு நானென்ன பண்ணட்டும்ணா ... அந்தக் கெழவன் 'ஊசக்கூதி ஊசக்கூதி'ன்னு பேசற பேச்சுக்கு வேறொருத்தனா இருந்தா இத்தன நாளு தாக்குப் புடிப்பானா? என்னமோ நாங்காட்டிப் பொறுத்துக்கிட்டு இருக்கறன்."

“செரி செரி. போங்க. வரச் சொல்றன் . . .”

வெளுத்துப் போன சட்டையையும் பேண்ட்டையும் தேய்த்துப் போட்டிருந்தான் மேனேஜர். ஒல்லியான அந்த உருவம் அதட்டும்போது மட்டும் எங்கிருந்துதான் சத்தம் வருகிறதோ என்றிருந்தது. மேனேஜர் போனதும் சத்தியைப் போகச் சொன்னார். அப்போதும் வாய் முணுமுணுத்துக்கொண்டே இருந்தது. சத்தி வெளியே வந்ததும் மணியடித்தது.

“ச்சேர் டிக்கெட்டுல போயி நின்னுக்கடா . . . வருவாங்க.”

டிக்கெட்டுகளும் பெட்டியுமாக ஒவ்வொருவராக வந்தனர். உள்ளே போய் க்யூ கதவைத் திறந்தான். தள்ளுகிற அளவு கூட்டமில்லை. இருக்கும் கூட்டம் உள்ளே நுழைந்தால் க்யூவுக்குள் அடங்கிவிடும். டிக்கெட்டில் பாதியைக் கிழித்துக்கொண்டு உள்ளே விட்டான். அது மாதிரி கூட்டமில்லாத சமயங்களில் ச்சேர் டிக்கெட் நிரம்பினால்தான் பெஞ்சும் தரையும் கொடுக்கப்படும். பெண்கள் பக்கம் மட்டும் பெஞ்சு டிக்கெட் கொடுத்தார்கள்.

படத்துக்காரன் சத்திக்குப் பக்கத்தில் வந்து நின்றான். வெள்ளைப் பேண்ட்டும் சட்டையும்தான் அவன் வழக்கமாகப் போடுவது. மாறாக லுங்கி கட்டியிருந்தான். மலையூர் சண்முகா பிலிம்ஸ் படம் அது. அங்கிருந்து படம் எடுத்துவரும்போதெல்லாம் படத்துக்காரனாக அவன்தான் வருவான். குத்தகையாக ரேட் பேசி எடுத்து வந்தால் படத்துக்காரன் தேவையில்லை. ரூபாய்க்கு இவ்வளவு என்று கமிசன் ரேட்டில் எடுத்து வரும்போது படத்துக்காரன் வருவான், அன்றாட வசூல் பார்த்துக் கணக்குப்படி கமிசன் தொகை வாங்கிக்கொள்ள.

படத்துக்காரன் கொஞ்சநேரம் அப்படியும் இப்படியுமாய் உலாத்திக் கொண்டிருந்தான். வராண்டா படியில் உட்கார்ந்தான். கடைப்பக்கம் போனான். படிக்கருகில் நின்று ஒரு பார்வை விட்டான். பின் புக்கிங் ரூமுக்குள் போனான். கூட்டம் வந்துகொண்டேயிருந்தது. தரையும் பெஞ்சும் கொடுப்பார்கள் என்று எதிர்பார்த்த கூட்டம், அந்தக் க்யூக்கள் திறக்கப்படாமல் போகவே, ச்சேருக்குள் கொஞ்சம் கொஞ்சமாகப் புகுந்தது. புக்கிங் ரூமுக்குள்ளிருந்து வெளியே வந்த படத்துக்காரன் ‘கொஞ்சம் அப்பிடி நில்லு’ என்று இவனைத் தள்ளி நிற்கச் சொல்லி வி் டு டிக்கெட்டுகள் இல்லாமல் ஒரு பத்துப் பேரை உள்ளே விட்டான். பணத்தைக் கவுண்டரில் தபால்காரன் வாங்கிப் போட்டுக்கொண்டான். பணம் கொடுத்துவிட்டு டிக்கெட் இல்லாமல் வெளியே வந்த ஒருத்தன் கத்தினான்.

“டேய் . . . டிக்கெட் குடுங்கடா . . . செக்கிங் வந்தா என்னயத்தான்டா புடிப்பான்.”

“புடீடா அவன . . .”

ஒரே எட்டில் அவன் சட்டையைப் பிடித்தான் படத்துக்காரன். இழுத்துத் திரும்ப க்யூவுக்குள் தள்ளினான். 'போடா' என்றான். உள்ளேயிருந்து வந்தவர்கள் திகைத்து அப்படியே நின்றனர். அவன் திமிறிச் சத்திவேலின் நீட்டிய கையைத் தூக்கி எறிந்துவிட்டுப் புகுந்து கொட்டாயிக்குள் ஓடிப்போனான். 'தாயோலி ...' பாதி வெளியில் கேட்கிற மாதிரி முனகினான். சத்திவேலையே நிற்கச் சொல்லிவிட்டு நகர்ந்தான். ஓதுங்கிப் புக்கிங் ரூம் கதவருகில் நின்றுகொண்டு வாய் மேல் ஆள்காட்டி விரலை வைத்துப் பின் தலையை அசைத்துக் கன்னத்தில் அறைந்து சைகை காண்பித்தான். சத்தி தலையை ஆட்டிக்கொண்டான். வேறு எதுவும் பேசவில்லை. டிக்கெட் கிழிப்பதில் கவனம் கொண்டவன் போலப் பாவனை செய்தான்.

பெஞ்சும் தரையும் இன்னும் கொடுக்கவில்லை. ச்சேருக்கான கூட்டம் வந்துகொண்டேயிருந்தது. சோடாக்காரர் வந்து நின்றார். எட்டி நின்ற படத்துக்காரனையும் பார்த்தார்.

"டே சத்தி ... படத்துக்காரருகிட்டக் குடுத்துட்டுச் செத்த வா. கடைக்கிட்ட ஆளில்ல."

வேண்டா வெறுப்பாக வந்து நிற்பவன் போலக் கிழித்த டிக்கெட்டுகளை இவனிடமிருந்து படத்துக்காரன் வாங்கிக்கொண்டான். டிக்கெட் கிழிப்பது தனக்கான வேலை இல்லை என்பதாலோ தன் நிலைக்கு அது இழுக்கு என்றோ 'சீக்கிரம் வந்துருடா' என்றான். சோடாக்காரர் இவனுக்காக வெளியே பணத்தோடு நின்றுகொண்டிருந்தார். பத்து ரூபாயைக் கொடுத்துச் சொன்னார்.

"நாங் கேட்டன்னு அஞ்சு பெஞ்சு டிக்கெட் வாங்கியா போ."

பணத்தை நீட்டிக் கேட்டதும் தபால்காரன் எகிறினான். நீண்ட கழுதை மூஞ்சியில் ஒட்டியிருந்த சோர்வும் தூக்கமும் கலைந்து போய்க் கோபத்தில் கத்தினான்.

"இதே வேலையாப் போச்சு ... எவனா இருந்தாலும் க்யூவுல வரச் சொல்லு போ."

அவன் போடும் சத்தத்தைக் கேட்டுச் சோடாக்காரர் வந்தார்.

"என்னய்யா டவாலு ... டிக்கெட் என்ன சும்மாவா கேக்கறாங்க? கடைக்கிட்ட வந்து கேக்காத புடிக்காத கலரெடுத்துக் குடிக்கறயில்ல ... அப்ப எங்க போச்சு இந்தப் புத்தி? என்னய்யா நெனச்சுக்கிட்டு இருக்கற? இந்தக் கொட்டாயி கட்டுன நாள்ல இருந்து நாங் கட வெச்சுக்கிட்டு இருக்கறன் ... வந்து நாலுநாள் ஆவறதுக்குள்ள கொட்டாயே உன்னாலதான் ஓடுதுன்னு மனசுல நெனப்பு வந்திருது."

"கத்தாத சோடா ... நான் உங்களுக்குன்னு நெனக்கல ... ஏன்டா நீதான் சோடாக்காரருக்குன்னு சொல்லியிருந்தா என்னடா? இந்தா புடிடா."

பிரிக்காத கட்டை எடுத்து அவசர அவசரமாக அவன் டிக்கெட்டு களைக் கிழித்துக் கொடுத்தான். சத்திவேல் அடக்கமாட்டாமல் பக்கென்று சிரித்தான்.

"என்னடா இளிப்பு? போய்க் கிழி போடா."

"சத்தீ ... பொம்பளைங்க பக்கம் வாட்சுமேன் கெழவன் இருப்பான் ... அவங்கிட்டப் போயி நாங் கேட்டன்னு சாவி வாங்கி மெயின் கேட்ல அவுங்கள உடு. ஆளுத் தெரீதா ... அதா அந்தப் பக்கம் நிக்கறாங்க பாரு ..."

சட்டை போடாத மேலும் துண்டுமாய் இருந்தவர்கள் கடைப் பக்கக் கேட்டில் முகம் புதைத்துக்கொண்டு நின்றார்கள். அவர்களைப் பார்த்து அந்தப் பக்கம் போகச் சோடாக்காரர் கைகாட்டிக்கொண்டி ருந்தார். சாவி வாங்கச் சத்தி பெண்கள் பக்கம் போனான். கட்டுப்படுத்த முடியாமல் இடித்துக்கொண்டு பெண்கள் உள்ளே நுழைந்தனர். வாட்சுமேன் தாத்தா ஒருகாலை வழியில் அடைத்துக்கொண்டு, ஒருகையையும் மேலே அடைத்தபடி ஒவ்வொருவராக உள்ளே விட்டுக்கொண்டிருந்தார். கேட்டதும் கொஞ்சம் தயங்கிப் பெரிய உருளை போலச் சுருட்டிக் கட்டியிருந்த மடியை அவிழ்த்துக் கொத்துச் சாவியை எடுத்துக் கொடுத்தார். இரும்புக் குண்டு ஒன்றைத் தூக்குவதுபோல அத்தனை கனமாயிருந்தது.

"பத்தரமாக் கொண்டாந்து தந்திருடா ... சீக்கிரம்."

தலையாட்டிவிட்டு வந்தான். ஆட்கள் வந்து கேட்டோரம் இவனையே பார்த்துக் கொண்டு நிற்பது தெரிந்தது. கேட்டைக் கூட்டம் தள்ளியது. கொஞ்சம் வெளிப்பக்கமாக அசைத்துத் தள்ளித்தான் திறக்க வேண்டும். கூட்டம் கேட்டை அப்படி வளைத்திருந்தது. காலைக் கொடுத்து உதைந்து தள்ளினான். அத்தனை கூட்டத்தையும் ஒருசேரப் பின்தள்ள சக்தி முழுவதையும் கொடுத்தான். கேட் திரும்பவும் முன்னால் நகர்வதற்குள் படக்கெனத் திறந்துகொண்டான். பூட்டையும் கழற்றினான். கொக்கியை லேசாக நீக்கினான். ஒரு கேட்டைக் கொஞ்சமாக ஒஞ்சரித்தான். அவர்களை ஒவ்வொருவராக உள்ளே விட்டான். கடைசி ஆள் வந்ததும் வெளிநோக்கித் தள்ளிக் கொக்கியைப் போட்டான். மூச்சு வாங்கியது. கேட்டோடு சாய்ந்து அப்படியே கொஞ்சநேரம் உட்கார்ந்துகொள்ளலாம் போலிருந்தது. பாதி டிக்கெட்டை அவர்களிடம் கொடுத்தான்.

கொக்கியை அழுத்திப் பிடித்துக்கொண்டு பாக்கெட்டிலிருந்து பீடி ஒன்றை எடுத்துப் பற்ற வைத்தான். புகை வாயை நிறைத்துத் தொண்டைக்குள் இறங்கி நெஞ்சைக் கதகதப்பாக்கியது. பலம் முழுக்கவும் வந்துவிட்ட உணர்வைப் பெற்றான். வாயில் பீடியை வைத்தபடியே கேட்டைப் பூட்டினான். சாவி கொடுக்கப் போகத் திரும்புகையில் மேனேஜர் இவனை நோக்கி வருவது தெரிந்தது.

பீடியைப் பின்பக்கம் மறைத்துக்கொண்டான். சொல்லுக்கு முன் கன்னத்தில் பளீரென்று ஒன்று விழுந்தது. பாம்புக் கடிவாயில் தோன்றும் எரிச்சல் கன்னம் முழுக்கப் பரவியது.

“டிக்கெட் குடுக்கற நேரத்துல என்ன மசுருக்குடா கேட்டத் தொறப்பீங்க? பத்துப் பேரு உள்ள வந்துட்டா நிய்யா பதில் சொல்வ . . . ம்?”

பதிலை எதிர்பாராமல் மேனேஜர் அதே வேகத்தோடு வாட்சுமேனி டம் போனான். கன்னத்தைத் தடவிவிட்டுப் பீடிப் புகையை ஒரே ஜோரில் இழுத்து முடித்துத் தூக்கி எறிந்தான் சத்தி. சாவிக் கொத்தோடு ஓடினான். வாட்சுமேனிடம் புஸ்புஸ்ஸென்று வாயைத் திறந்தபடி கத்திக்கொண்டிருந்தான் மேனேஜர்.

“என்னப்பா உனக்கு மூள மழுங்கிப் போச்சா? அவுங்க சாவியக் கேட்டாக் குடுத்தர்ரதா . . . இப்பப் பத்து பேரு உள்ள வந்துட்டாங்க. உஞ் சம்பளத்துல புடுச்சுக்கட்டுமா? ஏப்பா இப்படி அறிவுகெட்ட தனமா வேல செய்யறீங்க . . . செஞ்சாச் செரியா செய்யிங்க, இல்லைனா ஓடிப் போயிருங்க . . . மனசன இப்பிடி ரச்ச பண்ணாதீங்க.”

“இல்ல . . . சோடாக்காரரு . . .”

“என்ன மயிரு சோடாக்காரரு . . . அவுரு கேட்டாக் குடுத்துருவியா? ஊம்பக் குடுக்கச் சொல்லிக் கேக்கறாரு . . . போய்க்குடு . . . நிய்யேண்டா நிக்கற . . . போடா.”

டிக்கெட் வாங்கிக்கொண்டு ஓடுகிற பெண்கள் ஒருகணம் மேனேஜரை முறைத்துப் பார்த்துவிட்டுப் போனார்கள். வாட்சுமேன் தாத்தா அதுபோல் நிறையக் கேட்டுவிட்ட பாவனையில், முகத்தில் எந்தச் சலனமும் அற்றுத் தலையை மட்டும் மெல்ல ஆட்டினார். கன்னம் ஒட்டி ஒடக்கானைப் போலிருந்தது. சத்தி அதற்கு மேலும் அங்கே நிற்காமல், சாவியைக் கொடுத்துவிட்டு ச்சேர் டிக்கெட் க்யூவுக்கு வந்தான். படத்துக்காரன் மேனேஜரை விடவும் காட்டமாக இருந்தான்.

“போனா இவ்ளா நேரமாடா . . . போ, போயி . . . பெரீசாமி எக்ஸ்ட்ரா ச்சேர் எடுத்து உள்ளாற போடறான் . . . நிய்யும் போ. போட்டுட்டு வா.”

திரும்பவும் ஆபிஸ் ரூமுக்கு ஓடினான். ச்சேர்கள் வெளியே நிறுத்தப்பட்டிருந்தன. பெரியசாமி ரூமுக்குள்ளிருந்து வெளியே எடுத்து வைத்துக்கொண்டிருந்தான்.

“படம் ஓட்டற ஆளு நிய்யி . . . கடக்காரஞ் சொல்றாப்பல எதுக்கய்யா இடைவேள உடற? அஞ்சு நிமசம்னா அஞ்சு நிமசந்தான். கடக்காரன் எல்லாந்தான் சொல்லுவான் . . . கேட்டுருவியா? சோடாக் குடுக்கறான் போண்டாக் குடுக்கறானு . . . பிய்யத் திங்கறதுய்யா.

அவங்களுக்கு ஒருமணி நேரம் உட்டாக்குடா நல்லாத்தான் இருக்கும் . . . உடு போ.”

ஆபிஸ் ரூமுக்குள் ஆபரேட்டர் கஜேந்திரனிடம் மேனேஜர் கத்திக்கொண்டிருந்தான். இத்தனை கத்தலுக்கும் தொண்டை எங்கேதான் இருக்கிறதோ! கஜேந்திரனின் குரலோ கொஞ்சமும் வெளியே வரவில்லை. அந்தக் குள்ள உருவம் நிழல் போலச் சத்தமின்றிப் போவதும் தெரியாது; வருவதும் தெரியாது. பேச்சும் அளந்த மாதிரிதான். கேபின் ரூமே நாளின் பெரும்பகுதியைத் தின்றுவிடுவதில் வெளியுலகைப் பற்றிய அக்கறையோ ஆர்வமோ இன்றி எப்போதும் தானும் தன் வேலையும்தான் முக்கியம் என்றிருப்பவன். தூக்கக் கலக்கத்தில் கார்பன் தள்ளிவிட மறந்துவிடுவதைப் போல மறதியாகக் கல்யாணம் செய்துகொண்டான்.

முதல் பிள்ளைப்பேற்றின்போது அவள் செத்துவிட்டாள். இரண்டாம் கல்யாணம் பற்றி யோசிக்கிற தன்மையே போய்விட்டது. ஜடம் போல நடப்பான். திரை திடீரென்று உருவம் பெறுகிற மாதிரி உதடுகள் விரித்துச் சிரிப்பான். ரொம்ப நாள் கழித்துத் தியேட்டர் வாசலில் கண்களைக் கசக்கிக்கொண்டு தடம் தெரியாத சிறுமியைப் போல அழுதுகொண்டிருந்த பெண்ணொருத்திக்கு வாழ்வு கொடுக்க முன் வந்தான். இப்போது அவளோடுதான் வாழ்க்கை. என்றாலும் முகத்தில் கப்பிய இறுக்கம் நீங்கவேயில்லை.

அவன் திட்டுகளைத் தாங்கிக்கொண்டு வெளியே வருவதற்குள் சத்திவேல் ச்சேர்களைத் தூக்கிக்கொண்டு உள்ளே போய்விட்டான். இரண்டாகப் பிரிக்கப்பட்டிருந்த ச்சேர் பகுதிக்கு இடையில் போகும் வழி. அதை அடைத்து எக்ஸ்ட்ரா ச்சேர்களைப் பிரித்து அடுக்கினான். பெரியசாமி, இவன் எடுத்துக் கொடுத்ததைப் பாதியில் வந்து வாங்கிக்கொண்டு போனான். பையன்களிலேயே அவன்தான் அதிக வயதுடையவன். கறுத்த முகத்தில் மீசை அடர்ந்து கிடக்கும். சாயம் போன பேண்ட்தான் எப்போதும் போட்டிருப்பான். டிக்கெட் கிழிப்பதோடு இடைவேளையில் சோடா விற்கவும் வருவான்.

“சத்தி . . . இன்னக்கிக் கூட்டம் பரவால்ல . . . இடைவேளக்கி வரட்டுமாடா?”

“வா வா. நடேசன் வரமாட்டான் . . . நானும் பூதனுந்தான்.”

கூட்டம் உள்ளே குழுமிக்கொண்டிருந்தது. ச்சேர்களில் முழுக்க நிரம்பி எக்ஸ்ட்ரா ச்சேர்களுக்கு ரகளையும் சத்தமுமாக இருந்தது. பெஞ்சும் தரையும் அரவமற்றுக் கிடந்தன. மூலையில் நின்றுகொண்டு ‘அண்ணா இங்க வா வா’ என்று கைதட்டிக் கூப்பிடுபவர்கள். துண்டைப் போட்டு இடம் பிடித்தவர்கள். அதனைத் தூக்கி எறிந்து விட்டு உட்கார்ந்தவர்கள். எங்காவது இடையே காலியாக இருக்குமா என்று தேடுபவர்கள். விரித்துப் போட்டிருந்த ச்சேர்களைத் தள்ளி

உதைத்துக்கொண்டு உள்ளே நுழைந்தவர்கள். எக்ஸ்ட்ரா ச்சேர்களைத் திருப்பித் திருப்பிப் பார்த்தும் திருப்திப்படாமல் எழுந்து நின்று வேறெங்காவது இடம் இருக்கிறதா என்று தேடிவிட்டு மீண்டும் அதிலேயே உட்கார்ந்துகொள்பவர்கள். ச்சேரைத் தூக்கிக்கொண்டு போய்த் தமக்கு வசதிப்பட்ட இடத்தில் போட்டுக்கொள்பவர்கள். ச்சேர்கள் அங்கும் இங்கும் அலைபட்டுக் கதறின. போதையில் ஒருவன் ஒன்றைத் தூக்கி மற்ற ச்சேர்களின் மீது வீசி எறிந்தான். 'என்னடா கொட்டாயி நடத்தறீங்க' என்று கத்தினான்.

பெரியசாமி அவனைப் பாய்ந்து பிடித்தான். சட்டையைக் கை இறுகப் பற்றியிருந்தது. ஆபிஸ் ரூமுக்கு இழுத்துக்கொண்டு போனான். அவன் வேட்டி அவிழ்ந்து நழுவியது. கையில் பிடித்தும் காலில் மிதிபட்டுத் தடுக்கியது. தடுமாறினான். 'உட்ரா ... உட்ரா ...' என்றான். அதற்கு மேல் அவனுக்குப் பேசவே வாய்ப்புக் கொடுக்காமல் ரூமுக்குள் பிடித்துத் தள்ளினான். எழாமல் பார்த்துக்கொண்டு சத்திவேலிடம் மேனேஜரைக் கூட்டி வரச் சொன்னான்.

வந்த வேகத்தில் மேனேஜர் எட்டி உதைத்தான். மூலையில் அவன் சுருண்டு விழுந்தான். நெப்புச் சிக்காமல், அவிழ்ந்திருந்த வேட்டியைத் துழாவித் துழாவிக் கட்டிக்கொண்டிருந்தான். அது வசதியாகிப் போனது. மூலையோடு சேர்த்து நான்கு உதை உதைத்துத் தலைமயிரைப் பிடித்துத் தூக்கினான். பெரியசாமியிடம் கொடுத்து வெளியே தள்ளச் சொன்னான். அவன் பற்களைக் கடித்து வலி பொறுக்க முடியாமல் 'ஸ்ஸ்' என்றான். அப்படியே இழுத்துக்கொண்டு கேட்டுக்குப் போனான். அதற்குள் சத்திவேல் சாவியை வாங்கி வந்து கேட்டைத் திறந்தான். வெளியே தள்ளிக் கேட்டைச் சாத்தினார்கள். அவன் படார்படாரென்று கேட்டை உதைத்தான். சலசலத்து ஆடியது கேட்.

"டேய் ... எம் மேல கை வெச்சிட்டயா ... படம் ஓட்டிருவியாடா ... நான் ஆருன்னு நெனச்ச ... எம் மசரக் கூடப் புடுங்க முடியாதுடா ... டேய் ..."

மறுபடியும் உதைத்தான். பிடித்து இழுத்தான். அங்கே நின்றிருந்தவர்கள் ஒதுங்கிக்கொண்டனர். வெறிகொண்ட அவன் கூச்சல் ஒன்றையும் பொருட்படுத்தாமல் சத்திவேலும் பெரியசாமியும் உள்ளே போய் விட்டனர்.

8

மேட்னிக்கு டிக்கெட் கொடுக்கும் நேரம். கொளுத்தும் வெயிலுக்குப் பயந்து எதிரில் இருந்த டீக்கடையிலும் முட்கள் வளர்ந்து கிடந்த காலி நிலத்திலும் கும்பல் கும்பலாக நின்றுகொண்டிருந்தனர். கொட்டாய் கட்டியவன், நிற்கிற மாதிரி கொஞ்சம் இடம்விட்டுக் கட்டியிருந்தால் என்ன என்று முத லாளியைத் திட்டவும் செய்தனர். அப்படியும் வெயிலைப் பொருட்படுத்தாமல் கேட்டைப் பிடித்த படி டிக்கெட் கொடுக்கப் போகிறார்களா என்று உள்ளேயே பார்த்துக்கொண்டும் சிலர் இருந்தனர். க்யூக்களின் முன்னால் சுடுதரையிலேயே உட்கார்ந்திருந் தவர்கள் வெயிலைத்தான் சபித்தனர். சைக்கிள்களை நிறுத்தி அவற்றின் மேல் ஏறி உட்கார்ந்திருந்தவர் களுக்கு இன்னொரு கவலையுமிருந்தது. சைக்கிளை ஸ்டேண்டில் போட்டுவிட்டு வருவதற்குள் டிக்கெட் தீர்ந்துவிட்டால்? டிக்கெட் கொடுக்கத் தொடங்கும் முன்னால் ஸ்டேண்ட் போடுபவன் வரமாட்டானா என்று அடிக்கடி அந்தப் பக்கமாகப் பார்த்துக்கொண்டு மிருந்தனர்.

மலையாளத்தான் கடையில் ஒரு பீடியைப் பற்ற வைத்துக்கொண்டு ஸ்டேண்ட் பக்கமாகப் போனான் நடேசன். வெளியே நின்ற கூட்டத்தின் அளவையும் சைக்கிள்களையும் நோட்டம் விட்டான். தேர்க் கூட்டம். சிங்கான் வந்தால் பரவாயில்லை என்று யோசித்தான்.

சைக்கிள்களுக்குக்கூட இன்னொரு ஆள் இருந்தால்தான் முடியும். சில்லரைப் பையையும் பாஸ்களையும் எடுத்துக்கொண்டு சத்திவேலைத் தேடினான். மொட்டை வெயிலில் அவன் எங்கே படுத்துக் கிடக்கிறானோ. எப்போது பார்த்தாலும் தூங்கிக்கொண்டிருக்கிறான். தூளைக் கண்ணில் காட்டிவிட்டது தப்பு. செவுனியில் இரண்டு அறை கொடுத்தால் சரியாவான்.

க்யூவுக்குள் இல்லை. படிக்கடியிலும் காணோம். உள்ளே சோபாக் கதவுக்கருகில் நின்று ஒரு பார்வை விட்டான். உள்ளேயும் இல்லை. புக்கிங் ரூம்களுக்குள் பார்த்தான். படியில் ஏறிக் கேபின் ரூமுக்குப் போகிற வழியில் தேடினான். படியின் பாதித் திருப்பத்தில் இருந்த சதுர இடைவெளியில் சுருண்டு கிடந்தான். பாதி உடம்பில் வெயில் படுத்திருந்தது. முகம் முழுக்க வேர்வை. நான்கைந்து கட்டெறும்புகள் உடம்பில் உலாப் போய்க்கொண்டிருந்தன. கொஞ்சமும் உணராமல் கிடந்தவனைத் தட்டி எழுப்பினான். அனத்தலோடு சத்தமாக மூச்சு விட்டுக்கொண்டு எழுந்தான்.

“சத்தீ . . . எந்திரீடா. எப்பப் பாரு எதுக்குடா தூங்கற. எந்திரிச்சு வா. நான் பாஸ் போடப் போறன். கூட்டம் நெறைய இருக்குது. வெளிய நிய்யும் வரோனும். என்னடா . . . சொல்றது காதுல உழுவுதா? நீ என்ன செய்யி . . . ச்சேர் டிக்கெட் குடுப்பாம் பாரு தபால்காரன் . . . அவங்கிட்ட நாஞ் சொன்னன்னு பத்து டிக்கெட் வாங்கிக்கிட்டு க்யூ கதவு தொறக்கறப்ப வெளிய வந்திரு. வாட்சுமேன் கெழவன் மெயின் கேட்டத் தொறக்க மாட்டான். என்னடா . . . கேக்குதா?”

தூக்கச் சடைவில் இருந்து மீளாமலே தலையை ஆட்டினான். கைகளை ஊன்றி எழுந்து பக்கச் சுவரைப் பற்றி நிற்கையில் கால் விருத்துப் போனது தெரிந்தது. சொல்லிவிட்டு நடேசன் அப்போதே போயிருந்தான். காலை உதறிக்கொண்டு வெளியே பார்த்தான். தலைகள் மயம். லுங்கி முனையைத் தூக்கி முகத்தைத் துடைத்துக் கொண்டு கீழே வந்து புக்கிங் ரூமுக்கு எதிரில் இருந்த வராண்டாவில் உட்கார்ந்தான். நிழல் குளுமையாக இருந்தது. எங்கிருந்தோ காற்று வருடிக்கொண்டு போனது. கொஞ்சம் தண்ணீர் குடித்தால் தொண்டை வறட்சிக்கு இதமாக இருக்கும். சோடாக்காரர் இன்னும் வரவில்லை. பீடாக்கடை திறந்திருந்தது. டீக்கடை இல்லை. தொட்டிதான் கதி. தண்ணீர் வந்தது. குடித்து முகத்திலடித்துக்கொண்டான். இன்னும் எவ்வளவு நேரம் ஆகுமோ என்கிற தவிப்பில் முன் போலவே உட்கார்ந்தான். டிக்கெட் கொடுக்கும் மணியின் சத்தம் கிர்ரிட்டது. மேட்னிக்கு ரெக்கார்ட் போடுவதில்லை. முதல் ஆட்டத்திற்கு மட்டும்தான்.

மணி அடித்த சில நிமிசங்களுக்குள் டிக்கெட் கட்டுகளும் டப்பாவுமாய் வந்துகொண்டிருந்தார்கள். எல்லாரும் வந்துவிட்டனர். தபால்காரனைக் காணோம். தரைக்கும் பெஞ்சுக்கும் க்யூவைத்

திறக்கக்கூடப் பெரியசாமி போய்விட்டான். தபால்காரருக்காகப் பார்த்துக்கொண்டு சண்முகனும் நின்றிருந்தான். மற்ற நாட்களில் முதல் ஆட்டத்திற்குத்தான் தபால்காரர் வருவார். ஞாயிற்றுக்கிழமை களில் மேட்னிக்கும். தபால்துறை பகல் முழுக்க அவர் உடலை வாட்டி எடுத்துக் கையில் கொஞ்சமாகச் சம்பளம் கொடுத்துக்கொண்டி ருந்தது. அது போதாமல்தான் இங்கே டிக்கெட் கொடுக்க வருகிறார். நீண்ட உடம்பில் வேர்வை வழிய வேக வேகமாக ஓடி வந்தார். அவரைப் பார்த்ததும் சண்முகன் க்யூ கதவைத் திறக்கப் போனான்.

"டேய் சம்முகா . . . கொஞ்சம் இரு . . . நா வெளிய போயர்றன்."

அவன் கொஞ்சம் தாமதிக்கிற மாதிரி நின்றான். மேனேஜர் பார்த்தால் நாய் போல வள்ளென்று விழுவான். அதற்காக உள்ளே போய் க்யூ வளையுமிடத்தில் பொறுமையற்று நின்றுகொண்டான். தபால்காரர் புக்கிங் ரூமுக்குள் போய் டிக்கெட் கட்டுகளைப் பிரித்துக்கொண்டும் சில்லரையைக் கொட்டிக்கொண்டும் பரபரப்பாக இருந்தார்.

"சார் . . . நடேசன் பத்து டிக்கெட் கேட்டான்."

அவர் திரும்பிய விதமும் முறைத்த வேகமும் ஒரு மாதிரியாக இருந்தன.

"பெரிய அவுரு . . . கிழ்ட்டியா . . . ஆளு உட்டுட்டாரு . . . குடுக்க முடியாதுன்னு போய்ச் சொல்லு போ."

"கோவிச்சுக்காதீங்க சார் . . . குடுங்க."

"போடான்னாத் தெரியாது . . . மேனேஜருகிட்டக் கேட்டு வாங்கிக்க . . . போ."

முகத்தில் அறைகிற மாதிரி இருந்தது பேச்சு. தாமதமாக வந்ததற்கு மேனேஜரிடம் திட்டு வாங்க வேண்டுமே என்கிற கோபமோ திட்டு வாங்கி வந்த கொதிப்போ தெரியவில்லை. அதற்கு மேல் ஒன்றும் பேசாமல் சண்முகனோடு கதவுக்கு வந்தான். காலில் சுடுதண்ணியை ஊற்றிக்கொண்டவன் போல 'வாடா' என்று ஓடினான் அவன்.

கதவை நெருங்கி நின்றுகொண்டான். தாழை அசைத்தான். அது ஒவ்வொரு அசைவுக்கும் கிறீச்சிட்டது. தாழின் சத்தம் கேட்டதும் வெளியே பரபரப்பும் கூச்சலும் அதிகரித்தன. தாழ் முழுவதையும் திறந்த அதே வேகத்தில் கதவோடு சாய்ந்து அழுத்திக்கொண்டான். கூட்டம் கதவை மூர்க்கமாக மோதிக்கொண்டிருந்தது. இலேசாக ஒஞ்சரித்தான். அந்த இடைவெளி முழுவதையும் ஆக்கிரமித்துக் கொண்டு உடலை நெளித்து அதற்குள் புக முயன்றான். போதாமல் போகவே சண்முகன் இன்னும் கொஞ்சம் இடைவெளியைக் கூட்டினான். ஒரே இழுப்பில் வெளிவந்து கூட்டத்தில் விழுந்தான். கதவு முழுவதையும் தாங்கிப் பிடித்திருந்த தன் பிடி முழுவதையும்

விட்டுவிட்டுச் சண்முகன் உள்பக்கமாக ஓடிப்போனான். திமுதிமுத்து உள்ளே நுழைய முயன்றது கூட்டம். பெரிய அலைக் கூட்டத்தை எதிர்த்து நீந்திக் கடப்பவனாய் வெளியே வந்து விழுந்தான்.

அல்லையில் இருந்த சைக்கிள் ஸ்டேண்டுக்கு வந்தான். ஒரு லைன் முடித்துவிட்டு அடுத்த லைன் போட்டுக்கொண்டிருந்தான் நடேசன். சைக்கிளோடு காத்துக்கொண்டிருப்பவர்கள் கூட்டம் இன்னும் இரண்டு லைனுக்கு வரும் போலிருந்தது. கூட்டத்திற்குள் நுழைந்து பிதுங்கி முண்டாப் பனியன் போட்டிருந்த உடம்பை உருவிக்கொண்டு இவனிடம் வந்தான் சிங்கான்.

"டிக்கெட் எங்கடா?"

"தபால்காரன் குடுக்க மாட்டீங்கறான்டா."

"நடேசங்கிட்டச் சொன்னயா?"

"இப்பத்தாஞ் சொல்லோனும்."

"செரி செரி. இங்க வா ... கூட்டத்தோட சேந்து எனக்கு அல்லைல கொஞ்ச நேரம் இடிடா ... க்யூவுக்குள்ள போயராத ... வெளியவே ... அங்க பாத்தயா ... அந்த மஞ்சளாச் சொக்கா போட்டிருக்கராம் பாரு ... அவனுக்குப் பக்கத்துல ... ம்."

டிக்கெட் வாங்க அவசரப்படுகிறவர்கள் போல இடித்து முட்டினார்கள். கூட்டத்திற்குள் சுற்றி வளைக்கப்பட்டார்கள். சில நிமிசங்களில் சிங்கான் வெளியே வந்துவிட்டான். தாமதமாக அதைப் பார்த்துச் சத்தியும் கழன்று வெளியே வந்தான். சில கசகசத்த ரூபாய் நோட்டுகளைக் கையில் திணித்தான்.

"நீ போயி நடேசங்கிட்ட டிக்கெட் வாங்கச் சொல்லு ... போ."

மறுபடியும் அவன் கூட்டத்திற்குள் போய்விட்டான். பணத்தை ட்ராயர் பாக்கெட்டில் திணித்துக்கொண்டு ஸ்டேண்டுக்குப் போனான். சைக்கிள் கொஞ்சம் குறைந்திருந்தது. தூரத்திலிருந்தே 'டிக்கெட் குடுக்க மாட்டீங்கரான்டா' என்று நீட்டினான்.

"இங்க வாடா ... இந்த லைன் போடு ... நாம் பாக்கறன் ... அந்தத் தபால்காரத் தாயோலிக்கிக் கொழுப்பேறிக்கிச்சு ... பேசிக்கறன் வா."

சில்லரைப் பையையும் பாஸ்களையும் கொடுத்துவிட்டு நடேசன் க்யூவுக்கு ஓடினான். சத்திவேல் லைன் போட்டான். அந்த லைன் முடிய இன்னும் சில சைக்கிள்களே வேண்டும். வெயிலின் கொடூரத்தைப் பார்த்த சைக்கிள்காரர்கள் முணுமுணுத்தனர். அடுத்த லைன் போடுமிடத்தில் இரண்டு மூன்று சைக்கிள்காரர்கள் காத்திருந்தார்கள். அவசரமும் தவிப்பும் அவர்களுக்கு.

அதற்குள் நடேசன் வந்துவிட்டான். 'குடுகுடு'வென்று வாங்கி லைன் போட ஆரம்பித்தான். சைக்கிள்காரர்களிடம் 'ஓர்ருவா டிக்கெட் ரண்டு ருவா ... ஓர்ருவா டிக்கெட் ரண்டு ருவா' என்று அடித் தொண்டையில் சொன்னான். கடைசி ஆக ஆகத்தான் கிராக்கி வரும். இப்போது எல்லாரும் க்யூவுக்குள் நுழைந்து பார்ப்பதிலேயே கண்ணாக ஓடினார்கள். சத்திவேலிடம் ஐந்து டிக்கெட்டுகளைக் கொடுத்தான்.

"நீ பாத்துக்க ... சிங்கான் இருந்தானாக்கூடக் குடுத்திரு. நாம் போனதியும் தபால்காரன் கொழையறான்டா ... எல்லாம் பேசறதுல இருக்குது. அவஞ் சொன்னொடன செரிசெரின்னு வந்துட்டா எப்பிடி ... இருந்து வாங்கிக்கிட்டு வரோனும். சீக்கிரம் போ ... ரண்டு ரூவாக்கிக் கம்மியாக் குடுத்தராத."

கூட்டம் ஓரளவு குறைந்திருந்தது. சீட்டுகளைப் போல விரித்துக் கொண்டு மிக மெதுவாகக் குரல் கொடுத்தான். கண்கள் சிங்கானைத் தேடின. அவனைக் கண்டுபிடிப்பது சிரமம்தான். இருப்பது போல இருப்பான். திடீரென மாயமாகி விடுவான். அவன் உடம்பு பாம்பு போல எதற்குள்ளும் வளைந்து நெளிந்து போய்விடும். கைகளும் கால்களும் குச்சி குச்சியாக நெடிக்க இருக்கும். தலை தீக்குச்சி முடியில் இருக்கும் உருண்டை போலத் திரண்டிருக்கும். எப்போதும் முண்டா பனியன்தான் போட்டிருப்பான். பிசுபிசுக்கும் லுங்கி ஒன்றைத் தொடை தெரியும்படி ஏற்றி மேல் வயிற்றில் கட்டிக்கொள் வான். கண்களில் எப்போதும் கூர்மை பளிச்சிடும்.

சத்தம் போட்டுக்கொண்டிருந்தவனிடம் ச்சேர் க்யூவுக்குள் இருந்து பணத்தை இழந்துவிட்டுத் தேடுபவன் போல வெளியே வந்தான். சத்தியின் கையில் இருந்த டிக்கெட்டை வாங்கிக்கொண்டு 'முந்தியே குடுத்திருந்தா என்னடா' என்றான். 'இப்பத்தான் அவன் வாங்கியாந்தான்டா' என்று சொல்லிவிட்டுக் கட்டில் கடைக்குப் போக நடந்தான்.

மனசு ரொம்பவும் உற்சாகமாகக் குதித்தது. 'நான் ஆணையிட்டால் ... அது நடந்து விட்டால் ...' என்று வாய் கொஞ்சம் சத்தமாகவே முணுமுணுத்தது. க்யூவைத் தாண்டும் முன் 'அதா அவந்தான் ... அதா அவந்தான்' என்னும் கிசுகிசுக் குரல் கேட்டது. திரும்பிப் பார்த்தான். ஒருவன் தாவிச் சத்தியின் சட்டையைக் கொத்தாகப் பற்றிக்கொண்டான். மஞ்சள் சட்டைக்காரன் அவன்.

"பணம் எங்கடா?"

தடுமாற்றத்தைச் சமாளித்துக்கொண்டு பிசிறில்லாத குரலில் சொன்னான்.

"எட்ரா கைய ... ஆருடா நீ?"

"உங்கட்ட என்னடா பேச்சு ... நாலு குடுத்தா எடுக்கற."

அவன் இன்னும் சட்டையை விடவில்லை. விடுவித்துக்கொள்ள முயன்றான். கூட்டத்திற்குள் இருந்த சிங்கானுக்குக் கேட்கிற மாதிரி 'சிங்கு ...' என்ற கத்தினான். வேகமாக அவன் வந்தான்.

"என்ன ... என்னடா சத்தம் ?"

அவர்களில் ஒருத்தன் சொன்னான்.

"டிக்கெட் வாங்கறப்ப இடிச்சுக்கிட்டு நின்னான் இவன் ... பாத்தாப் பாக்கெட்ல பணமில்ல ... அடிச்சிட்டான்."

சிங்கான் நியாயம் கேட்கிற பாணியில் 'ம்' போட்டான். அவன் கையிலிருந்து சட்டையை விடுவித்துவிட்டுத் தன் பக்கம் இவனை இழுத்துக்கொண்டான்.

"இவனா ... நல்லாப் பாத்துச் சொல்லு."

"இவனேதான் ... நல்லா என்னத்தப் பாக்கறது."

"இவன் இங்க சைக்கிள் நிறுத்தரவன் ... இவனா? இன்னொருக்காப் பாத்துச் சொல்லு."

சிங்கான் முகம் இறுகியது. நரம்புகள் புடைத்து நின்றன. வாய் எதையோ கடிக்கிற தொனியில் அழுந்தியது. மீசை மயிர்கள் வேர்த்தன. சிங்கான் இவனுடைய ஆள் என்பதை உணர்ந்ததும் மஞ்சள் சட்டைக் காரனுக்கும் ஆத்திரம். குரலில் அழுத்தம் வந்துவிட்டது.

"இவனேதான்டா ... இவந்தான் திருடுனவன்."

சொல்லிக் கண் திறப்பதற்குள் சிங்கானின் கால் அவன் முகத் தாடையில் விசிறியடித்தது. என்னவென்று உணரும் முன்பே இன்னொரு உதை விழுந்தது. வெலவெலத்துப் போனான். எதிர்த்தாடையில் இரண்டாம் அடியாகக் கை இறங்கியது. கூட இருந்தவனின் சட்டையைப் பிடித்து இழுத்துக் கீழே தள்ளினான் சத்திவேல். அவனுக்கும் ஒன்றும் புரியவில்லை. 'டேய் டேய்' என்று வெறும் கூப்பாடு மட்டும் போட்டான்.

"டேய் ... ஆரப் பாத்துத் திருடங்கற ... செவுனியத் திருப்பீருவன் ... எங்க ... சொல்லுடா ... மூஞ்சியப் பாத்துச் சொல்லுடா? இவனா ... இவனாடா?"

நகர்ந்து அவன் சட்டையை இரண்டு கைகளாலும் பிடித்துக் கொண்டான் சிங்கான். முதுகுப்பக்கம் பரபரவென்று பிய்கிற சத்தம் கேட்டது. கண்களை நேராகப் பார்த்தான். உலுக்கு உலுக்கி மறுபடியும் கேட்டான்.

"இவனாடா ...?"

அவனுக்குப் பேச்சு வரவில்லை. அழுதுவிடுவான் போலிருந்தது. திகில் முகமெங்கும் படர்ந்திருந்தது. பதிலொன்றும் பேசாமல்

சிங்கானின் இழுப்புக்குத் தகுந்தாற்போல் நின்றான். கூட இருந்தவன் எழுந்தோடித் தூர நின்றுகொண்டு 'உடுடா அவன' என்று கத்தினான். சட்டென்று அவனை நோக்கிப் பாய்ந்தான் சிங்கான். ஓர் உதையில் அவன் கீழே விழுந்து புரண்டான். விழுந்தவனைப் பிடித்துக் குத்தினான். அவன் திருப்பித் தற்காத்துக்கொள்ள முயன்றான். முதலில் அடி வாங்கியவன் விடுவித்து 'வாடா போலாம்' என்று கிடந்தவனை இழுத்துக்கொண்டு வேகவேகமாகப் போனான். சத்திவேல் வாய்க்குள் விரலைக் குவித்து விசிலடித்தான்.

"டேய் வாங்கடா . . . தில் இருந்தா நில்லுங்கடா . . ."

கன்னத்தைத் தடவிக்கொண்டு சிங்கான் வெறிச்கூச்சல் போட்டான். 'டேய்' என்று நாக்கைத் துருத்திக் கையையும் காலையும் அசைத்துப் பாவனையாய்க் காற்றில் சண்டை போட்டான். இத்தனைக்கும் எதுவும் நடக்காத மாதிரி டிக்கெட் வாங்க முந்திக்கொண்டிருந்தது கூட்டம். வெறி தணியாமல் 'ஏய் . . .' என்று கூச்சலோடு கூட்டத்திற்குள் பாய்ந்தான் சிங்கான்.

9

இடைவேளை முடிந்து கூட்டம் திமுதிமு வென்று உள்ளோடியது. கடைகள் முன்பிருந்த அமைதி யும் அழகும் கெட்டு அலங்கோலமாயின. காலிப் பாட்டில்கள் ஸ்டேண்ட் மேலும் கீழும் சிதறிக் கிடந்தன. உள்ளேயும் வரிசை கலைந்து காலிப் பாட்டில்களாக நிறைந்திருந்தன. இனி அவை ஒழுங்குக்கு வருவது நாளைக்குத்தான். இரண்டாவது ஆட்டம்வரை உழைத்த களைப்பு இந்தப் பாட்டில்களைப் பார்த்ததும் மிகும். ஒன்றும் செய்யத் தோன்றாது.

சத்திவேல் கணக்குக் கொடுத்துவிட்டுப் படிக்கடியே உட்கார்ந்தான். பீடியைப் பற்றவைத்துக்கொண்டு ஆழ்ந்து புகை விட்டான். குழப்பமாயிருந்தது. நடேச னையும் கூட்டிக்கொள்ளலாமாவென யோசித்தான். படத்துக்காரன் என்ன சொல்வானோ? போகாமல் இருந்துகொண்டால்தான் என்ன? ஆசையாகவும் இருந்தது. படத்துக்காரன் நாலைந்து முறை திருப்பித் திருப்பிச் சொன்னான்.

"சத்தி ... இடைவேள முடிஞ்சு வா. ஆபிஸ் ரூமுக்கு எதுத்தாப்ல இருக்கற ரூம்லதான் இருப்பேன் ... வரோனும். சும்மா கொஞ்சம் தீத்தம் போட்டுக் கலாம். ஆருக்குஞ் சொல்லாத ... உன்னய மட்டுந் தான்டா கூப்படறன். என்னடா ... வரோனும்டா. இடைவேள முடிஞ்சொடன வந்துரு. என்னடா வந்தர்றயா ... வரோனும்."

தீர்த்தம்தான் இழுத்தது. உள்ளே படம் பார்க்கப் போவதுபோல் நுழைந்து இடையில் ஆபிசுக்குப் போகும் கம்பிக் கேட் வழியாகப் போனான். ஆபிஸ் ரூமில் இப்போதும் விளக்கு எரிந்தது. எதிர்த்த அறை நன்றாகச் சாத்தியிருந்தது. உள்ளே தாழ் போட்டிருப்பானா. தட்டலாமா. போய்விடலாமா. தகரக் கதவு. லேசாக விரல் வைத்தான். கடைசி நிமிசத்தில் மனசு அடித்துக்கொள்ள நகர்ந்தான். படிக்கட்டில் போய் உட்கார்ந்தான். தலையைப் படியில் சாய்த்து மல்லாந்தான். நெஞ்சு அமைதியற்றுத் தவித்தது. காலில் கைபட உணர்ந்து, விழித்து எழுந்தான். படத்துக்காரன் 'வாடா' என்னும் ஒரே சொல்லோடு வேகமாகப் போய்விட்டான்.

இனிப் போகாமல் வழியில்லை. தட்ட அவசியம் இல்லாமல் கதவு ஒருக்களித்துத் திறந்திருந்தது. படத்துக்காரன் முகம் வேர்வை வழிய வெளியே தெரிந்தது. இவனைக் கண்டதும் இன்னும் கொஞ்சம் கதவைத் திறந்து உள்ளே இழுத்துக்கொண்டான். குண்டு பல்பின் வெளிச்சம் மஞ்சளாய்ப் படர்ந்திருந்தது. மூலைகளில் படப் போஸ்டர் களும் பேப்பர்களும் குவிந்து கிடந்தன. ஒரு பாய் அரைகுறையாக விரிக்கப்பட்டிருந்தது. விஸ்கிப் பாட்டில் பாதி குறைந்தும் டம்ளர் ஒன்றும் மணத்தோடு அறையை வியாபித்திருந்தன. கொஞ்சமாய் மிச்சர், பொட்டலத்தில் விரிந்திருந்தது. இரண்டு பொட்டலங்கள் ஓரமாய் ஒதுங்கி இருந்தன. கந்தல் சேலையை விரித்ததுபோல அறை இருந்தது. சத்திவேல் தயங்கி நின்றான்.

"உக்கோருடா."

கீழே சம்மணமிட்டு உட்கார்ந்துகொண்டே படத்துக்காரன் சொன்னான். சட்டையற்ற அவன் மேனியில் வேர்வை கோடிட்டு ஓடியது. ஜன்னலும் சாத்தியிருந்தது. லுங்கியை முழங்கால் வரை உயர்த்தி விட்டுக்கொண்டு மறுபடி சிரித்தான். பாதிக்கு மேல் உள்ளே தள்ளியிருந்தும் ரொம்பவும் நிதானமாகவே இருந்தான். எதிரில் சத்தி உட்கார்ந்தான். டம்ளரில் பாதி ஊற்றிச் சோடா நிறைத்தான். நீட்டினான். பட்டையும் கள்ளும் தவிர எதுவும் சுவைத்திராத நாக்கு அந்தத் திரவத்திற்காகச் சப்புப் கொட்டியது. தயக்கமும் தடுமாற்றமும் போன இடம் தெரியவில்லை. எடுக்க நீட்டுகையில் கை தன்னையுமறியாமல் படபடத்துத் தவித்தது.

அவன் முகத்தைப் பார்த்தான். சுவரோடு சாய்ந்திருந்தான். கால்களைத் தளர்த்தி நீட்டியிருந்தான். தீவிரமாகப் புகை வந்தது. அவனைப் பார்ப்பதைத் தவிர்த்து டம்ளரை இரண்டு கையாலும் பற்றி எடுத்தான். வாய்க்கு வரவரக் கண்களை இறுக மூடிக்கொண்டான். முழுக்க ஒரே மூச்சில் உள்ளிறங்கியது. காறலுடன் தலையை ஆட்டிக்கொண்டே டம்ளரைக் கீழே வைத்தான். தொண்டை கமறி உடல் முழுக்க ஒரு சிலிர்ப்புக் கூடியது.

அவன் மிச்சரை அள்ளி நீட்டினான். வாய்க்குள் திணித்துக் கொண்டான். அவனோ பாட்டிலை எடுத்து அப்படியே வாய்க்குள் கொஞ்சத்தைக் கவிழ்த்துவிட்டுத் திரும்பவும் வைத்தான். டம்ளரில் இன்னும் ஊற்றினான்.

"வேண்டாண்ணா ... வேண்டாண்ணா ..."

சத்திவேலின் குரலைக் கொஞ்சமும் சட்டை செய்யாமல் கால் டம்ளர் அளவுக்கு ஊற்றினான். சத்தி இன்னும் மிச்சரையே கொறித்துக் கொண்டிருந்தான்.

"என்னடா சத்தி ... எப்பிடி இருக்குது?"

தானாகச் சிரிப்பு வந்தது. வெட்கமும் கூச்சமும் கலந்த சிரிப்போடு 'நல்லாருக்குது' என்றான். எதிர்ச் சுவரில் சாய்ந்து காலை மடக்கிக் கொண்டான். உள்ளே உருவான கதகதப்பு மேனி முழுக்கவும் வேர்த்து வடிந்தது. சட்டையின் பட்டன்களைக் கழற்றிவிட்டான்.

"வேக்குதா? சொக்காயக் கழட்டீரு. இந்தக் கெழவன் ஒரு ஃபேன் போட்டா ஆவாதுங்கறான் ... முண்டக் கூதி."

அவன் சொல்லிவிட்டு இன்னொரு முறை பாட்டிலை எடுத்துக் கவிழ்த்துக்கொண்டான். சட்டையைக் கழற்றி ஓரமாகச் சுருட்டி வைத்தான். வேர்வை நசநசப்பு கொஞ்சம் குறைந்து லேசானது போலிருந்தது. கருநிற மேனி மஞ்சள் வெளிச்சத்தில் பளபளத்தது. துருத்திய எலும்புகளில் வசீகரம் கூடியது. இயல்பாகி நன்றாகச் சுவரில் சாய்ந்தான். பாட்டிலின் மேல் படாமல் கால்களை நீட்டிக் கொண்டான். அந்த இடம் முழுக்கக் கலகலப்பாகிவிட்ட மாதிரி இருந்தது. கை தட்டிச் சிரித்துக் குதிக்க வேண்டும் போலிருந்தது. படத்துக்காரன் இவன் சிரிப்பதையே அசையாமல் பார்த்துக் கொண்டிருந்தான்.

"சத்தி ... இப்பிடிச் சரக்கு அடிச்சிருக்கறையாடா? கஞ்சாவாட்டம் இருக்குதா?"

அதன் மிதப்பு இதில் இல்லை. என்றாலும் நாக்கு ருசிக்காகத் தவித்தது. தாகம் வாட்டியது. பதிலெதுவும் சொல்லாமல் சிரிப்பை உதிர்த்தான்.

"சிரிக்கைல நீ ஜொலிக்கறைடா சத்தி... உன்னைய ஏங்கூப்பட்டந் தெரீமா? இங்க எவனும் ஒழுங்கு கெடையாது. எல்லாம் நாயிங்க. பொச்சுக்கும் பொறத்தாண்ட சிரிக்கிற நாயிங்க ... இந்த மேனேஜர் இருக்கறானே, அவன் ஒரு பொட்டக்கழுத. அவன எங்கடா புடுச்சாந்தான் ... உங்க மொதலாளி?"

சிரித்தான். சத்தம் போட்டுச் சிரிக்க ஆசை. படத்துக்காரன் மார்பில் வழிகிற வேர்வையைத் துண்டால் துடைத்துக்கொண்டே கண்களை அகல விரித்துப் பேசுவது சிரிப்பை அதிகரித்தது.

“கூட்ட வர்ராளே அவகிட்டச் சொல்லுய்யான்னா, உங்க மேனேஜர் சொல்றான், சொல்லாதயே அவதான் தெனம் கூட்ட வர்றாளேன்னு ... என்ன எழவு தெரீது அவனுக்கு? எதாச்சும் இருக்குதானு கழட்டித்தாம் பாக்கோணும்.”

சொல்லிவிட்டு ஓங்கிச் சிரித்தான். வாய் பிளந்து தலை மயிர் கலைந்து ஆடுகிறது. தலைவரைப் போலக் குருவிக் கூடு வைத்த தலை. மிதமான தொந்தி. பாட்டிலில் மிச்சமிருந்ததையும் எடுத்து வாயில் ஊற்றிக்கொள்கிறான். சத்திக்கும் கை தன்னிச்சையாக டம்ளருக்குப் போகிறது.

“அடி ... அடிடா. கொட்டாயில இருக்கற பசங்கள்லயே உன்னயத் தான்டா எனக்கு ரொம்ப ... ப் புடிச்சிருக்குது... ஏந் தெரீமா? நீ எச்சாப் பேசறதேயில்ல ... அளவா, இந்த விஸ்கி மாதிரி பேசற.”

கையில் வைத்திருந்ததை ஒரே மடக்கில் உள்ளே ஊற்றிக்கொண்டான். படத்துக்காரன் இவன் பக்கத்தில் நகர்ந்து தோளில் தட்டினான். அவன் கை பட்டதும் நசநசத்தது. நெளிந்தான்.

“சத்தி ... என்னயத் தெரீமாடா உனக்கு ... நான் எப்பேர்ப்பட்ட குடும்பத்ல வந்தவந் தெரீமா? எங்க தாத்தன் பெரிய மிராசாமா ... கணக்கில்லாத நெலம் பொலமெல்லாம் இருந்துச்சாம் ... அதெல்லாம் எனக்குச் சொல்லித்தான்டா தெரீம். எங்கப்பனத் தெரீமா உனக்கு ... வர்ணாம்பிக பஸ் இல்ல ... அதுதான் மலையூருக்கு மொத பஸ்டா ... அந்தப் பஸ்ல ட்ரைவரா இருந்தாரு எங்கப்பன். ஊரெல்லாம் கார்க்காரன் கார்க்காரன்னுதான் அவரச் சொல்வாங்க ...”

கண்கள் சொருகின. சிரிப்பும் வந்தது. இதற்குச் சிரித்தால் நன்றாக இருக்காது என்று உள்ளுணர்வு சொல்ல அடக்கிக்கொண்டான்.

“நாந்தாண்டா ... இப்பிடிப் படத்துக்காரனாவே இருக்கறன். தண்முகா பிலீம்சுல சேந்து பத்து வெருசமாயிருச்சு தெரீமா? நானும் தனியாப் படம் வாங்கிப் பிஸினஸ் பண்ணோணும்னு பாக்கறன் ... இன்னும் முடியலீடா. இப்படியே கடைசி வரைக்கும் படத்துக்காரனாவே இருந்துட்டுப் போயிருவனோ என்னமோ ... டேய் ...”

அவன் கண்களில் கண்ணீர் வழிந்தது. உடல் குலுங்கியது. சத்தி உணர்வு வந்தவனாய்க் குனிந்திருந்த அவன் முகத்தை நிமிர்த்தி ‘அண்ணா அண்ணா’ என்றான். கண்களை மூடித் திரும்பக் குனிந்து கொண்டு அழுதான். கண்ணீரைத் துடைத்தான். காலில் பட்டுப் பாட்டில் விழுந்தது. திரும்பி அதை ஓரமாக எடுத்து வைத்தான். அவனுக்கு இன்னும் அழுகை அடங்கவில்லை. சத்தியின் கால்களில் முகத்தைப் புதைத்துக்கொண்டான். அவ்வளவு பெரிய உருவம்

இப்படிக் குலுங்குவதைப் பார்க்கப் பாதிக்கு மேல் தெளிந்துவிட்ட மாதிரி இருந்தது.

"அண்ணா அண்ணா ... எந்திரீண்ணா ..."

அவன் தெளிந்த மாதிரி நிமிர்ந்தான். இவன் கைகள் இரண்டையும் பற்றிக்கொண்டு கண்களில் ஒற்றினான். திரும்பி ஓரமாகக் கிடந்த பொட்டலத்தை எடுத்து வைத்தான். பேப்பருக்கு மேல் நூல் சுற்றிய பொட்டலம். பிரித்தான். புரோட்டா குருமாவோடு மணந்தது. இவன் பக்கம் ஒன்றைத் தள்ளித் 'தின்னுடா' என்றான்.

வயிறு கபகபத்தது. பக்கத்தில் இழுத்து வைத்துப் பிய்த்தான். வரவரத்து ஜவ்வாய்க் கெட்டிப்பட்டிருந்தது. பிய்த்துப் போட்டு, அவசரமாய் இரண்டு வாய் விழுங்கியதும் விக்கல். ஓரமாய் வைத்திருந்த தண்ணீர்ப் பாட்டிலை எடுத்து நீட்டினான்.

"சத்தீ ... எம் பொண்டாட்டி கைல சோறு தின்னு எத்தன நாளாச்சு தெரீமா ... ரண்டு மாசம்டா. பசவூரு கட்டி கரட்டூர்ல இருந்து ஊர் ஊராச் சுத்தறன்டா நான் ... ஊடு வாச பிள்ளகுட்டி ஒண்ணயும் பாக்கறதுக்கில்ல ... இது ஒரு பொழப்பா? நாறப் பொழப்புடா ..."

குருமா போதவில்லை. என்றாலும் வெறுமனே மிச்சத்தைப் பிய்த்துப் பிய்த்துத் தின்றான். மூலையில் சின்னப் பாட்டிலில் இருந்த குருமாவை இவன் பக்கமாய் நகர்த்தினான். நாக்கு காரம் கேட்டது. தெம்பு. படத்துக்காரன் நம்மாள்தான் என்று தோன்றியது.

"எம் பொண்ணு ரண்டையும் பாத்துக் கண்ணே பூத்துப் போச்சுடா ... போனா, அப்பா அப்பானு மேல ஏறிக்கிட்டுக் குதிக்கும் ... மூத்த பொண்ணு அஞ்சாவது படிக்குது. ரண்டாவது பொண்ணு மூனாவுது. அதுங்களப் பாக்கறதுக்குக்கூட இல்லைடா ... ஒரு ஊர்க் கொட்டாயிப் படம் முடிஞ்சதும் அடுத்த ஊருக்கு ... அங்க முடிஞ்சா வேற ஊரு ... ஒருநாளக்கிப் பொட்டி சும்மா இருக்கிறதில்ல ... தலைவரு படம் அத்தனையும் இவங்கிட்டத்தான் இருக்குது. குப்பயாட்டம் வாங்கி வெச்சிருக்கறான். ஆனா எதையும் குத்தவையாப் பேசி உடமாட்டான் ... எல்லாமே கமிசன்தான். தலைவரு படத்துக்கு இன்னங் கெராக்கி அப்படி இருக்குது."

அவனைப் பார்க்கப் பரிதாபமாயிருந்தது. நல்ல மனுசனுக்கு இப்படியா வாழ்க்கை என்று தோன்றியது. தன் மீதே இரக்கம் சுரந்தது. கூசிப் போனான். தன்னால் என்ன செய்ய முடியும் என்று தெரியவில்லை. தன்னிடம் ஏன் இத்தனையும் கொட்டுகிறான்? அறைக் கதவு, கொட்டாய்க் கதவு எல்லாவற்றையும் உடைத்தெறிந்து படத்துக்காரனை வீட்டுக்கு அனுப்பி வைக்க வேண்டும். வெள்ளையும் சொள்ளையுமாய் வலம் வருகிற அவன் உருவத்துக்குள் கவிந்திருக்கும்

சோகத்தைப் பற்றி இதுவரை யோசித்ததில்லை. மூளை தெளிந்து எதை எதையோ யோசித்தது.

யார் யார் மீதோ கோபம் வந்தது. புரோட்டாவின் கடைசித் துணுக்கைப் போட்டுக்கொண்டு இலையில் மீந்திருந்த குருமாவை வழித்து நக்கினான். எச்சில் பொட்டலத்தைச் சுருட்டி மூலையில் விசிறி எறிந்தான். அதன் மீதே தண்ணீரைத் துளியாய் ஊற்றிக் கைகழுவினான். படத்துக்காரனுக்கும் ஊற்றினான். இலேசாகச் சாய்ந்தாற் போல் எழுந்ததற்கே தள்ளாடியது. நிற்க முடியாது போலிருந்தது. சுவரோடு சாய்ந்து உட்கார்கையில் தலைக்குமேல் விளக்கோரத்தில் மொய்க்கும் பூச்சியொன்றைக் கவ்விக்கொண்டு பல்லி பாய்ந்தோடியது.

"எவன்டா இப்பிடி மாடாட்டம் வேல செய்வான் ... இத்தனைக்கும் பொச்சுத் தொடைக்கக்கூட ஆவாத சம்பளம் ... எந்தலையெழுத்துடா ... அது கெடக்குது ... ரண்டு மாசத்துக்கு முன்னால ஒருநா அப்பிடியே ரக்கூர் போற வழியில ஊட்டுக்குப் போனன் . கொஞ்ச நேரந்தான். அடிமைப்பெண் படம்டா ... பொட்டி பொறத்தாண்டயே ஓடோனும். எம் பொண்டாட்டி மூஞ்சியக்கூடச் செரியாப் பாக்கலீடா ... ஒரு முத்தங்கூடக் குடுக்கலீடா ..."

அவன் திரும்பவும் தலையைக் குனிந்துகொண்டு குமுறி அழுதான். இவன் தயங்கித் தோளைத் தொட்டு 'அண்ணா' என்றான். சட்டென்று இவன் கைகள் இரண்டையும் பற்றி மார்பில் முகத்தை அழுத்திக் கொண்டான். அழுகுரல் தொடர்ந்தது. தேற்றும் தொனியில் 'அண்ணா அண்ணா' என்றான். நிமிர்ந்து இவன் முகத்தாடையைக் கையால் தொட்டான். அவன் முகம் முழுக்கச் செம்மை படர்ந்திருந்தது. கெஞ்சுகிற தொனியில் சொன்னான்.

"டே சத்தி ... நெசமேச் சொல்றன்டா, எம்பொண்டாட்டி மூஞ்சியாட்டமே உனக்குடா. குண்டு மூஞ்சி... பொது பொதுன்னு கன்னம்டா. லேசா வந்திருக்குதே மீச ... அது மட்டும் இல்லாட்டி நீ அவளேதான்டா. சத்தி, எங்கண்ணு ... டேய் ..."

நெருக்கம் தாங்காமல் சுவரோடு சாய்ந்தான். கைகள் இடுப்பைச் சுற்றிக்கொள்ள இவன் உதட்டில் அவனின் கருத்த உதடுகள் அழுந்தப் பதிந்தன. 'அண்ணா அண்ணா' என்று திமிறினான். விலக்கவே முடியாத இருள்போல அவன் கவிவதைத்தான் உணர முடிந்தது.

10

பாட்டி சைக்கிள் ஸ்டேண்டுக்கு வந்தாள். தூக்குப்போசியை ஒருகையில் பிடித்திருந்தாள். முழுஉடலும் ஒருமுழமாய்க் கூனி ஊர்ந்தாள். கண்களை உறுத்து உறுத்துப் பார்த்தாள். நடேசனின் முகம் சைக்கிள்களுக்குள் கலந்திருந்தது. அவசரத்தில் நிறுத்திய சைக்கிள் லைன்கள் தியேட்டரின் சுவரி லிருந்து தொடங்கி வளைந்து சென்றன. மூப்படைந்த பெரிய மரமொன்றின் அடிவேர்கள் போல அவை இருந்தன. பாட்டி எந்த வரிசைக்குள் புகுவது என்று தெரியாமல் தடுமாறி நின்றாள். கூப்பிட யோசித்தாள். சத்தம் கேட்டால் அவனுக்குக் கோபம் வரும். வெறிக் கூச்சல் போட்டபடி கையை ஓங்கிக்கொண்டு வருவான். லைன்களுக்குள் புகுவதற்காகச் சைக்கிளைப் பற்றிக் கொண்டு நகர்ந்தாள்.

முதலிரண்டு லைன்களுக்கு இடையில் மும்முரமாகத் தாயம் போட்டுக்கொண்டிருந்தார்கள். முகம் தெரியா மல் பனியன்களும் சட்டைகளும் குனிந்து மொய்த் திருந்தன. தலைகள் அசைவதும் குந்த வைத்த கால்கள் எகிறி உட்கார்வதும் தவிரச் சிரிப்புச் சத்தம் விட்டு விட்டுக் கேட்டது. 'அஞ்சு அஞ்சு' 'எட்டணாடா ...' 'போச்சு ரண்டுடா ...' 'ஓர்ருவாடா ...' என்கிற பேச்சுகள் கிணற்றுக்குள் இருந்து பேசுவது போலக் கேட்டன. ஆடுபவர்கள் இரண்டு பேர்தான். சுற்றிலும் நின்று கொண்டு பந்தயம் கட்டுபவர்கள்தான் அதிகம். பக்கங்கள்

எலியால் குதறப்பட்டதுபோல் கசாமுசாவென்றிருக்கும் அட்டை. அதன் மேல் பலவரை வீசப்படும். முதலாமவன் வீசும்போது இரண்டு விழுகிறது. அடுத்து இரண்டாமவன் வீசுவான். ஐந்து விழுகிறது. ஐந்து விழுந்தவன்தான் வென்றவன். தாயம் விழுந்துவிட்டாலோ முதலாமவன் தான் ஜெயிப்பு. பலவரை யார் பக்கம் அதிகமாக இளிக்கிறதோ அவர்கள் பக்கம் வெற்றித் தேவதை நின்றுகொண்டு கைகொட்டிச் சிரிப்பாள்.

சத்திவேல் எட்டணா வீதம் கட்டிக்கொண்டிருந்தான். சிங்கானும் தறி ஓட்டும் பையன் ஒருவனும் பலவரையைப் போட்டார்கள். இன்னும் சிலரும் இருந்தார்கள். சத்திவேல் சிங்கான் பக்கமே பணம் கட்டினான். நடேசன் சைக்கிள் கணக்கு முடிக்கவில்லை. வரிசையாக எண்ணிக்கொண்டிருந்தான். சில்லரையைக் கணக்குப் பார்த்து முடிக்க நேரமாகும். பாட்டியைக் கண்டதும் தலையை இன்னும் குறுக்கிக்கொண்டான். மேலெழும்பாமல் 'நடேசு . . . நடேசு . . .' என்றாள். அவனைப் பார்க்காமல் தாயம் போடுபவர்கள் பக்கம் போய்விடுவாள் போலத் தெரிந்ததும் கூப்பிட்டான்.

"அம்மாயி . . . இங்க வா."

சுருங்கி உள்ளுக்குள் இடுங்கிக் கிடந்த கண்களை அகட்டிக் குரல் வந்த திசையைப் பார்த்தாள். மசமசத்து அவன் உருவம் தெரிந்தது. அதற்குள் சில்லரைப் பையைச் சைக்கிள் ஒன்றில் மாட்டி விட்டு நடேசனே வந்தான். அவள் கையிலிருந்த போசியை வெடுக்கெனப் பிடுங்கினான். கெட்டியாகப் பற்றியிருந்த கையோடு உடம்பு சரேலெனக் கீழே போனது. சமாளித்து மண்ணில் கையை ஊன்றிக்கொண்டு நின்றாள்.

"நாசமத்த நாயி . . . கையில வாங்குனா என்ன தேஞ்சா போயிருவ . . . எதுக்குத்தான் இப்பிடி அக்குருமத்துல நிக்கறயோ."

லைன்களுக்கு இடையே உட்கார்ந்து தூக்குப்போசியைத் திறந்தான். சைக்கிள்களின் நிழல் ஒருபக்கமாய் விழுந்திருந்தது. பாட்டியும் சைக்கிளை ஒட்டி உட்கார்ந்தாள். எண்ணெய்த் திவலைகள் மிதக்க ரசம் தேங்கி நின்றது. ஒடுக்கமும் கீறலுமாய் இருந்த அதை இரண்டு கையிலும் தூக்கி ரசத்தை உறுப்உறுப்பென்று குடித்தான். சோற்றுத் திரளின் முனை தெரிந்தது.

"ரசமா வெச்சிருக்கிற . . . கழிநீராட்டம் இருக்குது."

"ஆமா நீ படி அளக்கறதுக்கு . . . இது போதும்."

வார்த்தைகளைச் சப்பித் துப்பும் பாட்டியின் வாயைப் பார்த்துத்தான் பொருளைப் புரிந்துகொள்ள வேண்டும். போசியைக் கீழே வைத்து விட்டு எழுந்து அடுத்த லைனுக்கு இடையே பார்த்தான். வெயிலில் வேர்வைத் திட்டுகள் மினுமினுத்து உதிர்வதையும் பொருட்படுத்தாமல் ஆட்டத்தில் மும்முரமாக இருந்தனர். கொஞ்சம் எம்பிக் கூப்பிட்டான்.

“சத்தி ... டே சத்தி ...”

‘ப்ச்’ என்று நிமிர்ந்தவன் எரிச்சலில் ‘என்னடா’ என்றுவிட்டுத் திரும்பவும் கவனமானான். பலவரை சிரிக்கும் போது உற்சாகம், மூடிக்கொள்கையில் சோகம். எல்லாம் ஒரே சமயத்தில் மூடிக்கொள்கிற அதிசயம் எப்போதாவது நடக்கும். அப்போது துள்ளல்தான். சிங்கான் கால்களைக் குந்த வைத்துக்கொண்டு கைகளைச் சொலுக்கினான். ‘பனன்டு பாரு ... பனன்டு பாரு ...’ விசிறினான். விழுகிறவரை மனசு அடித்துக்கொண்டது.

நடேசன் மறுபடியும் கூப்பிடுவது கேட்டது. ‘என்னடா’ என்றுவிட்டு அந்த ஆட்டம் முடிந்ததும் போக மனசில்லாமல் எழுந்தான். சத்தி போவதை ஒரு கணம் நிமிர்ந்து பார்த்துவிட்டுச் சிங்கான் முன்னிலும் முசுவாய் ஆடத் தொடங்கினான். சோற்றை அள்ளித் தின்றுகொண்டிருந்தான் நடேசன். ரசம் கையிலிருந்து முழங்கை வழியாக வழிந்து உள்ளே கொட்டியது.

“வந்து உக்கோருடா.”

சாவகாசமாகச் சொல்லிவிட்டுத் தூக்குப்போசி மூடியில் சோற்றை அள்ளி வைத்துக் கொடுத்தான். ஆட்டம் இழுத்தது. சோறும் இழுத்தது. தயங்கினான்.

“நீ தின்றா ... எனக்கு வேண்டாம் ... ஆட்டத்துல இருக்கறப்ப இதுக்குத்தாங் கூப்பட்டயா?”

“உக்கோர்ரா ... பெரிய ஆட்டங் கிழிக்குது.”

“கொஞ்சூண்டு தின்னு கண்ணு.”

பாட்டி முனங்கியது. குறுகிக் கிடந்த அந்த உருவத்தைப் பார்த்தான். முகமே தெரியாமல் சுருக்கங்கள் மூடியிருந்தன. வாய் ஜவ்வு போலத் தானாகவே அடிக்கடி பிரிந்து, பிரிக்கவே முடியாதது போல, மறுபடியும் ஒட்டிக்கொண்டது. கண் கூச இறுக மூடி ஒருச்சாய்த்துப் பார்த்தது. அதன் குரல் எங்கிருந்தோ புறப்பட்டு வருகிற மாதிரி, திடீரெனத் தாக்கி அதிர்ந்தது. வௌவால் கவ்விப் பற்றியிருக்கும் தோற்றம் போலிருந்தது.

ஒருவாய் அள்ளிப் போட்டதும் ‘ரசம் நல்லா இருக்குதாயா’ என்றான். நடேசன் முறைத்தான். மறுபடியும் சோற்றை அள்ளிப் போட்டான். குடிக்க ரசம் கொடுத்தான். விளிம்புகள் மழுங்கிச் சிதைந்திருந்த மூடியைக் கீழே வைத்துவிட்டு ரசம் குடித்து ஏப்பம் விட்டான். போசியை அப்படியே மூடிக் கொடுத்தான். சரியாகப் பொருந்த மறுத்ததும் ஓங்கி அடித்துப் பாட்டியின் பக்கம் எறிந்தான். கைக் கழுவக் கட்டில்கடைக்குப் போனார்கள். பாட்டி பின்னாலேயே வந்தாள்.

“நடேசு ... பணங் குட்ரா ... ஊட்ல எதும் இல்ல.”

"உனக்கு இதே வேலயாப் போச்சு ... எங்கிட்டப் பணமேது."

"சம்பளக் காசுல வாங்கிக் குட்ரா ... டேய், காசில்லாத எப்பிடிடா அடுப்புப் பத்த வெக்கறது?"

"நீ ஒண்ணும் வெக்க வேண்டாம் ...போய்த் தொல."

"குடேன்டா ... தூளும் மசுரும் குடிக்கறதுக்கு மட்டும் காசிருக்குது. பாட்டிக்குக் குடுக்கறதுக்கு இல்லையா ..."

கட்டில்கடை ஆயா சப்போர்ட்டுக்கு வந்தது. பாட்டி நடேசனின் கைகளைப் பிடித்துக்கொண்டது. 'டேய் ...' என்று கெஞ்சியது. நடேசன் கைகளை இழுத்துக்கொண்டான். பாக்கெட்டில் விட்டு அள்ளிப் பீடித் துகள்களும் சில்லரைகளும் நிறைய எடுத்துக் காட்டினான்.

"இதாம் போ ... எங்கட்ட என்ன இருக்குது ... மகனூட்டயே கெடக்காத இங்க வந்து ஏன் என்னுசர எடுக்கற."

"டே டே ... மொதலாளிகிட்டச் சொல்லி வாங்கிக் குடுடா... டேய் ..."

அவன் அசைவுகளுக்குத் தகுந்த மாதிரி பாட்டி இழுபடுவது எங்கே விழுந்துவிடுவாளோ என்கிற பயத்தை உண்டாக்கியது. அது எதையும் பொருட்படுத்தாமல் பாட்டியிடமிருந்து பிய்த்துக் கொண்டு தூரப் போய்விடுகிற முயற்சியில் இருந்தான் நடேசன். அவன் கையை விடாமல் பாட்டியின் உடல் ஆடி ஆடி நின்றது. சின்னக் கோலிக்குண்டு போல முடிந்திருந்த கொண்டை அவிழ்ந்தது. வாய் மட்டும் விடாமல் கெஞ்சியது. அந்த நிலையில் பாட்டியைப் பார்க்கச் சத்திவேலுக்கு உடல் சிலிர்த்தது. நடேசன் மீது கட்டுக்கடங் காத கோபம் வந்தது. அவன் தலையைப் பிளந்துவிடத் துடித்தான். இழுத்துத் தூரத் தள்ளிவிட்டுப் பாட்டியின் கையைப் பிடித்தான். இலேசாக அழுத்தினால் உடைந்துவிடும் போலக் கொழகொழவென் றிருந்தது. ஐந்து ரூபாய் நோட்டை எடுத்துக் கொடுத்தான். கொஞ்சம் ஆசுவாசம் வந்தது. பாட்டி எதுவும் பேசாமல் நோட்டைச் சுருட்டிச் செருகிக்கொண்டு கட்டிலோரம் போய் உட்கார்ந்தது. மயிரை முடிந்துகொண்டது. நடேசன்தான் கீச்சுக் குரலில் கத்தினான்.

"உனக்கெதுக்குடா இந்த வேல? கெழவி மவனூட்ல இருந்து வாங்கியாந்து வெச்சிருப்பாடா ... படப்பசம் .. ."

"ஆமாண்டா ... அவங் கொட்டிக் குடுத்தான் ... அள்ளியாந்து மொடாவுல போட்டு வெச்சிருக்கறன். உங்கிட்ட ரண்டு காசு வாங்கறதுக்குள்ள என்னயச் செத்துப் பொழைக்க வெச்சர்ற. கொட்டாயிக்காரன் கிட்டத்தான் சொல்லி உள்ள உடேன், படந்தாங் கொஞ்சம் பாத்துட்டுப் போறன் ..."

“பணங் குடுத்ததே பெருசு ... உனக்குப் படம் வேணுமா? எந்திரிச்சுப் போ ... எம் மூஞ்சியில முழிக்காத ... ஓடு.”

“அடேய் ... என்னய இப்படிப் பேசலாமாடா ... தோள்ல தூக்கி வளத்தனேடா ... டேய் நடேசா, எம் வவுத்துக்கு இல்லாட்டியும் உனக்குக் கொண்டாந்து போடறனே ... கொஞ்சமாச்சும் நன்னி விசுவாசம் இருக்குதாடா ... அடேய் ...”

கையை நீட்டி நீட்டிப் பேசினாள். வயிற்றில் அடித்துக்கொண்டாள். கண்களில் கண்ணீர் வராமல் கீச்சென்று கத்தினாள். சத்திவேலுக்கு அவளைக் கட்டிக்கொண்டு தேற்ற வேண்டும் போலிருந்தது. அவர்களை நோக்கி ஒருஆள் வந்தான். இல்லாவிட்டால் நடேசனை எகிறிக் குத்தவோ பாட்டியை அணைத்துக்கொள்ளவோ செய்திருப்பான். பாட்டி அப்பவும் ஓயவில்லை. அந்தப் பூஞ்சை உடம்புக்குள் இத்தனை வலு எங்கிருக்கிறதோ.

“இந்த அஞ்சு ருவாய வெச்சுக்கிட்டு மசுரா புடுங்கறது ... ஒவ்வொன் னும் கொஞ்ச வெலைக்கா விக்குது ... அந்த அறிவு நெனவு இருந்தாத் தெரியும். அந்த முண்டச்சி போனவ இதுகளையும் கொண்டுக்கிட்டுப் போயிருந்தா ஆவாதா ... இவங்கிட்டயெல்லாம் ஒரு நொட்டுச் சொல்லு வாங்கோனுமின்னு இருக்குதே ...”

வந்த ஆள் தயங்கித் தயங்கிச் ‘சைக்கிள் ஆரு நிறுத்தரது’ என்றான். சத்திவேல் ‘எதுக்கு’ என்று நிமிர்ந்தான். பாட்டி கொஞ்சம் அடங்கினாள்.

“டிக்கெட் கெடைக்கில ... சைக்கிள் எடுக்கோனும்.”

“சைக்கிள்லாம் இப்பக் குடுக்க முடியாது ... லைன்ல போட்ட சைக்கிளப் பாதியில எப்படி எடுக்கறது? படம் முடிஞ்சி வாங்க.”

நடேசன் கண்டிப்பாய் மறுத்தான். அவன் பேச்சில் கொஞ்சமும் மென்மையில்லை.

“தம்பி ... நான் நிறுத்தி வெச்சுக்கிட்டு எடுத்துக்கறனப்பா ... தேக்கூரு போவோனும். படம் உடந்தின்னி இருக்க முடியுமா சொல்லு ... எதோ தலைவரு படம்னு வந்தன். கொஞ்சம் வாப்பா.”

“அதெல்லாம் முடியாது.”

நடேசனை ஒதுக்கிவிட்டுச் சத்திவேல் அந்த ஆளைத் தூரமாய்க் கூட்டிக்கொண்டு போனான். சில நிமிசங்கள் குசுகுசுவென்று பேசினான். திரும்பி வருகையில் கையில் இரண்டு ருபாய் நோட்டு மொடமொடத்தது. அதைக் காட்டிக்கொண்டு நடேசனிடம் சொன்னான்.

“நடேசா ... சைக்கிள் எடுத்துக் குடுத்துரு போ. பாவம், தேக்கூரு போவனுமாம்.”

“நிய்யே போயி எடுத்து ... நல்லாக் குடு ... போ.”

அவன் எரிச்சலோடு கத்தினான். அதைச் சட்டை செய்யாமல் அவரோடு ஸ்டேண்டுக்குப் போனான். மூன்றாவது லைன். பத்துச் சைக்கிள்கள்தான் முன்னால் நின்றன. எடுத்து ஸ்டேண்ட் போட்டு நிறுத்தி முன் போலவே சாய்த்துவிட்டு வருகையில் தாயம் போடுகிற சத்தம் உள்ளிருந்து வரும் படத்தின் சத்தம் போல மிகவும் மெல்லிதாய்க் கேட்டது.

பாட்டியிடம் அந்த இரண்டு ரூபாயையும் நீட்டிவிட்டுக் கட்டில் மேல் உட்கார்ந்தான். பாட்டியின் முகத்தில் சந்தோசக் களை அப்பட்டமாய்த் தெரிந்தது. சத்திவேலின் பக்கம் திரும்பி இரண்டு கைகளையும் விரித்து, குவித்து நெட்டி முறித்தாள்.

"எங் கண்ணு ... நீ ஒருநாளக்கி வாப்பா. உனக்குக் கறிக் கொளம்பு வெச்சுப் போடறன். நாலு காசு இருந்தால்ல கண்ணு, வாய்க்கு ருசியாத் திங்கலாம் ... இந்தப் பாழாப்போன நாயிக்கு அதெங்க தெரீது ... இந்த வாரம் வாரயா?"

"வர்ரமாயா."

"கெழவிகிட்ட ரொம்பத்தாங் கொழையாதீடா சத்தி."

"நீ மூடிக்கிட்டு வேலயப் பாருடா."

கட்டிலின் எதிர்முனையில் காசை எண்ணிக் கணக்குப் பார்த்துக் கொண்டிருந்த நடேசனுக்குப் பதில் சொன்னான். மனசு அரைக் கிலோ கறிக்குப் பணத்தைக் கணக்குப் போட்டுக்கொண்டிருந்தது. நாளைக்கு இல்லை என்றாலும் ஒருநாள் பாட்டி கையில் ருசியாகச் சாப்பிடப் போக வேண்டும். நினைவைக் கலைக்கிற மாதிரி கட்டில் கடை ஆயா மூச்சுப் போலக் கேட்டது.

"சிங்கான் அங்க இருக்கறானா ..."

"இருக்கறான் ... இருக்கறான் ..."

"டே நடேசு ... உங்கிட்ட ஒரு விசியஞ் சொல்லோனும்டா. எம்பையனாட்டம் நெனச்சு உங்கிட்டக் கேக்கறன்டா. உங்கையக் கால வேண்ணாலும் புடிக்கறண்டா. டேய் ..."

சில்லரை எண்ணுவதை விட்டுவிட்டுப் பாட்டியைப் பார்த்தான். பாட்டிக்குக் கண்ணீர் ததும்பி விளிம்பில் நின்றது. முகம் கோணி, அப்படியே காலில் விழுந்துவிடுவாள் போலிருந்தது.

"என்னாயா ..."

"அட அந்த மானக்கொறைய ஏங் கேக்கற ... முந்தாநாளு ராத்திரி எங்கூட்டுக்கு வந்துட்டான். வந்து கதவத் தட்டுனான். எனக்குனா கையும் ஓடுல ... காலும் ஓடுல."

"எதுக்காயா வந்தான்?"

“ம். மருவலஞ்சோறு திங்கறதுக்கு . . . நெனப்பெடுத்துக்கிட்டா எங்காச்சும் போயி உழுவ வேண்டீதுதான . . . கருவாச்சி மாதிரி தேவடியான்னு நெனச்சுட்டானா? எச்சக்கல நாயி. எறப்பெடுத்த நாயி. அவங் காலுங்கையும் வெளங்காத போவ . . . நானே குதுராட்டம் ஒருபிள்ளய வெச்சிருக்கறன் . . . எதாச்சும் ஓரேடத்துல கட்டிக் குடுத்துட்டாப் போதும். அப்புறம் இந்தக் கட்ட இருந்தா என்ன. போனா என்ன. அதுவெரைக்கும் நெருப்ப மடீல கட்டிக்கிட்டு இருக்கறாப்பலதான். இவனுங்களுக்கு அதுதாங் கண்ணக் குத்துது . . .”

“அப்படியா சேதி . . . கெழவி, நானொரு நாளைக்கு வர்ட்டுமா? ரேட்டு எப்பிடி?”

“வெளையாடாதீடா . . . நாக்கு அழுவிப் போயிரும்டா. உன்னோட வாயில புழுவு வெக்க. எம் பிள்ளயக் கெணத்துல கொளத்துல புடுச்சத் தள்ளினாலும் தள்ளுவன் . . . இப்படி உடுவனா? எங்கூட்டுக்காரரு போயி இத்தன வெருசத்துல வாசப்படிய ஒருத்தன் முதிச்சிருப்பானா? இந்த நாயிக்குப் போதையேறுனாப் புத்தியுமா பொழையாத போயிரும். எனக்குனா வேத்துப் பூத்துப் போச்சு. அக்கம் பக்கம் ஆளுசனம் எத்தன இருக்குது . . . கூப்புட்டு உட்ருந்தனா எலும்ப எடுத்திருப்பாங்க. பிள்ள பேரு கெட்றக் கூடாதேன்னு பாத்தன் . . .”

பாட்டியின் குரலில் ஆவேசமும் கோபமும். நடேசன் வெறுமனே அவளையே பார்த்துக்கொண்டிருந்தான். சத்திவேலுக்கு மூச்சு கனன்றது.

“டேய் உனக்குப் புண்ணியமாப் போவட்டும். கொஞ்சம் அவங்கிட்டச் சொல்லி வெய்யி . . . அப்படி நெனப்புக் கீது இருந்தா வேரோட வெட்டீரச் சொல்லி. நா ஒண்டிக்காரிச்சி. நீதாஞ் சொல்லோனும் . . .”

“தாயோலி . . . அவன நாம் பாத்துக்கறனாயா. நீ முந்தியே சொல்லியிருந்தீனா நடக்கறதே வேற . . . நாயி, பிய்யத் திங்கறது . . .”

சில்லரைப் பையைக் கட்டிலில் வீசிவிட்டு எழுந்த நடேசனோடு சத்திவேலும் நடந்தான்.

11

போஸ்டர்களின் புதுமணம் கமழ்ந்தது. இணைத்து ஒட்ட வேண்டிய நீளப் போஸ்டர்கள். அகலம் குறைந்த சின்னவை. 'கரட்டூர் ஸ்ரீவிமலாவில் இன்று முதல் ...' என்று கொட்டை எழுத்துகளில் மிளிரும் எழுத்துப் போஸ்டர்கள் குவியல் ஆபீஸ் ரூமின் முன்னால் பரவிக் கிடந்தது. எதிர்ச் சுவரோரம் பசை காய்ச்சும் தீ அசோகமரச் சருகுகளில் சடசடத்து எரிந்துகொண்டிருந்தது. வத்தன் தீ எரிக்கச் சண்முகன் பசையைக் கிளறிக்கொண்டிருந்தான். போஸ்டர்களை ஆளுக்குத் தகுந்த மாதிரி பிரித்து மடித்துக்கொண்டிருந்தார்கள்.

சத்திவேலுக்கு ஆட்டூர் ரோடு. நடேசனுக்குப் பசவூர் ரோடு. ஆட்டூர் ரோடு மோசம்தான். என்றாலும் வசதி. தட்டூரில் மரத்தடியிலேயே இறக்குகிற கள் குடிக்கலாம். இரவு முழுக்க ஒட்டிய களைப்புக்கு வந்து படுத்தால் பிணமாகிவிடலாம். மீனாளில் இருக்கும்போது அந்த ரோட்டைக் கேட்டு எடுத்துக்கொள்வான். டவுன் முழுக்க வத்தனும் சண்முகனும் ஒட்டுவது வழக்கம். ஏணி வைத்து உயரமான சுவர்களில் ஒட்டுவதற்கு அவர்கள்தான் லாயக்கு. மணிக்கும் கணேசனுக்கும் மலையூர் ரோடும் வெட்டூர் ரோடும். அவையும் மாறாதவை. மற்றவர்களுக்குத்தான் மாற்றம். பூதன்தான் பிரச்சினை. ஒவ்வொரு படத்துக்கும் ஒவ்வொரு ரோடு சொல்

வான். அந்தப் பிரச்சினை, இந்தப் பிரச்சினை என்று அடம் பிடிப்பான். மேனேஜருக்கு எரிச்சலூட்டும். சமயத்தில் கத்துவான்.

"நீ ஒண்ணும் ஒட்ட வேண்டாம் ... ஓடு வெளிய. இந்தக் கொட்டாயிக்குள்ள இன்னமே காலெடுத்து வெச்ச, எலும்ப எண்ணீருவன் ... ஆமா."

"இல்லீங்க சார் ... தலைவர் படம்ன ஒடனே ஒவ்வொரு ஊட்டுக்காரனும் எனக்கொரு போஸ்டர் குடுத்தாத்தான் ஒட்டோனுங் கறான். கொண்டோரதுல எல்லாத்துக்கும் போஸ்டர் குடுத்தா எங்க போறது?"

தலைவர் படமென்றால் இந்தப் பிரச்சினை. பசவூர் ரோட்டுக்குப் போனால் வேறு மாதிரி சொல்வான்.

"அங்க ஒரே நாய்ங்க சார் ... அந்தப் பக்கம் இந்தப் பக்கம் நெவுர உடாத சுத்தி வளச்சுக்குதுவ. கொஞ்சம் உட்டாப் புடுக்கயே கடிச்சுக்கிட்டுப் போயிருமாட்டம் இருக்குது."

சொல்லிவிட்டுக் கெக்கெக்கென்று சிரிப்பான். சலித்துப் போய் 'நீ எந்தப் பக்கம் போறயோ ... போய்க்கடா' என்று விடுவார்கள். ஆட்டூர் ரோட்டிலென்றால் தட்டூர் வரைக்கும் ஒட்ட வேண்டும். பசவூர் ரோட்டில் எசையூர் வரைக்கும். உருவி எடுத்து ஒட்டுவதற்கு வாகாகப் போஸ்டரை மடித்துச் சைக்கிள் தண்டில் மாட்டிக் கொள்வார்கள். எழுத்துப் போஸ்டர்களைக் கேரியர் இருந்தால் அதிலோ இல்லாவிட்டால் செயினுக்குக் கீழ் செருகியோ வைத்துக்கொள்வார்கள். பசைப் பக்கெட் ஹேண்டில்பாரில் மாட்டியிருக்கும்.

வாட்சுமேன் தாத்தா புகையிலையை அதக்கிக்கொண்டு, படிமேல் உட்கார்ந்திருந்தார். வெற்றிலை போடும் பழக்கமில்லை. புகையிலைத் துண்டு மட்டும் எப்போதும் கன்னத்தில் பிதுங்கிக்கொண்டு நிற்கும். சமயத்தில் கணேசா பீடி புகைப்பார். நடேசனிடம் வாங்கி இரண்டு இழுப்புக் கஞ்சாவும் பிடிப்பார். புகையிலை மயக்கம் தூளில் இல்லை என்பார். நாலுபேர் சேர்ந்திருந்தால் போதும், முகம் குமிழியிட்டுப் பொங்கும். கண் பார்க்கக் கை மடித்துக்கொண்டிருக்கும். பையன்களைக் கண்டதும் சுவாரசியமாகப் பேச்சைத் தொடங்கி விட்டார்.

"அடேய் மொண்டுவாலிகளா ... ரெயின்போ கொட்டாயி வேலை ஆயிருச்சி ... தெரியுமாடா?"

"ஆனா என்னப்பா ... இங்க இல்லாட்டி அங்க போனாப் போவுது. நம்மளுக்கு நல்லதுதானே."

நடேசன் தலையை நிமிர்த்திச் சொன்னான். மடித்திருந்த போஸ் டரைப் பிரித்துத் திரும்பவும் மடித்தான் சத்திவேல். விரலைக் கொடுக்குப் போல ஆட்டிக்கொண்டு 'ம்ம்' என்று தலையசைத்தார்

கிழவர். ஒட்டிப்போன கன்ன எலும்புகள் கடக்குமுடக்கென்று பிதுங்கிக் குழிந்து நாடகம் போட்டன. மற்றவர்களுக்குத் தெரியாத ஒரு விசயம் தனக்குத் தெரிந்துவிட்ட குழந்தை போல உற்சாகமானார்.

"அதுல உள்ளார எவனும் விக்கக் குடாது தெரீமா . . . சோடாக் கொண்டோவக் கூடாது. தட்டம் விக்கக் கூடாது . . . டீ காபின்னு கத்தக் கூடாது . . . இப்பக் கட எடுக்கறவங்க கிட்டயே அப்படித்தாம் பேச்சாம் . . . தெரீமா . . ."

"அடப் போப்பா . . . அதெல்லாம் இப்பச் சும்மா சொல்றதுதான். உள்ள விக்காட்டி என்னத்த ஏவாரம் ஆவும்? எவன் கட எடுப்பான்? பொம்பளைங்க கூட்டமெல்லாம் வெளீல வந்து வாங்குமா . . . அவங்க இல்லாட்டி ஏவாரம் ஏதுப்பா . . ."

பூதனின் யானைக் கண்கள் இன்னும் சுருங்கிக்கொள்ளக் கிழவனை அடித்துவிடுகிற தொனியில் விரலை நீட்டிக்கொண்டு சொன்னான். கிழவர் அதற்கு அசருகிறவரா என்ன?

"அடப் போடா . . . பொக்கனாத்தி. உனக்கு என்ன எழவு தெரீஞ் சொல்லு. அந்தக் கொட்டாயத் தொடங்க உடா பண்றதுக்கு நம்ம மினுக்கன் பண்ணுன கூத்துத் தெரீமா? அந்தக் கொட்டாயிக்கு ஜனங்க வர்றதுக்குப் போறதுக்குக்கூட ரோடில்லைன்னு எழுதிப் போட்டுத்தான . . . இத்தன இசுக்காரு. இல்லைனா ஆறு மாசத்திக்கி முந்தியே ஓட்டிருப்பான் . . . என்ன எழுதிப் போட்டு என்ன, அவன் லேசுப்பட்ட ஆளா? பூக்காரன்லொ . . . காம்பில்லாத புவ்வையும் மாலையாக்கிப்புடுவானே. ஆராரையோ புடுச்சி இன்னைக்கு ஓட்டப் போறான். இன்னம் மூனு மாசந்தான் . . . அது ஓடிருச்சி . . . நம்ம விமலா அவ்வளவுதான்."

"அதெல்லாம் ஒரு மசுத்தையும் புடுங்க முடியாதுப்பா . . . இதுக்கு வர்ற கூட்டம் வந்துக்கிட்டேதான் இருக்கும். அத எதாலயுந் தடுக்க முடியாது போ. இதுந்தான் தொடங்குனப்ப சவுன்ட் செரியில்ல அது செரியில்ல இது செரியில்ல . . . பேயி புடுச்ச கொட்டாயி, நெல்லுக் குடோனாட்டம் சத்தம் வருதுன்னு ஒரே பேச்சா இருந்து தாம்ல்லோ . . . இப்ப இதுக்குக் கூட்டம் வராதயா போயிருச்சி . . ."

"ஆமான்டா . . . ஒரு காலத்துல இத நெல்லுக் குடோன் போட றதுக்குத்தான் மினுக்கன் கட்டுனாருன்னு ஒரு பேச்சு உண்டுரா."

ஆபீஸ் ரூம் பக்கமும் கடைப்பக்கமும் தலையைத் திருப்பி ஒரு தரம் பார்த்தார். குறுக்கி உட்கார்ந்திருந்த உடலை இன்னும் சுருக்கி, முனங்கும் குரலில் இரகசியம் பேசினார்.

"மினுக்கனுக்கு ரண்டு பசங்க தெரீமா? மூத்தவனத்தான் சடையன் சடையன்னு சொல்லுவாங்க . . . பெமுகவுல பெரிய ஆளு. சின்னவந்

தெரீமா உங்களுக்கு ... சிங்காரம். அவன் அமுகவுல தலைவராச்சே. அப்பந்தாங் அகாக. மூத்தவன் பொண்டாட்டியாலதான் நெல்லுக்குடோனு கொட்டாயாச்சு. அப்பவே மினுக்கன் றறியும் சைசிங்கும் போட்டுப் பெரிய மொதலாளியா இருந்தவரு ... காரு, டிரைவரெல்லாங்கூட உண்டு. அந்தச் சமயத்துல நெல்லுக்குடோன் ஒன்னு போடலாமுன்னு இதக் கட்டிக்கிட்டு இருந்தாராமா ... அப்பத்தான் ஒருநா சீவிச் சிங்காரிச்சிக்கிட்டு மூத்த மருமவ சினிமாவுக்குக் கௌம்பிக்கிட்டு இருந்திருக்கறா. அவளப் பாத்தா இந்தூருப் பொம்பளைன்னே சொல்ல முடியாது. செக்கச் செவேல்னு தக்காளிப் பழமாட்டம் இருப்பா. பவடர அப்பிக்கிட்டு அவ போற போக்கப் பாத்தொடன மினுக்கனுக்குத் தாங்குல ...

'இது என்னடா எழவு டொம்பக்காரிச்சியாட்டம்'னு வாயிருக்காத சொல்லிப்புட்டாரு ... ஒடனே அவுளுக்கு வந்துது பாரு ஆங்காரம் ... 'சினிமாவப் பாத்திருப்பயா ... சினிமாக் கொட்டாயப் பாத்திருப்பயா நிய்யி. உனக்கு என்ன தெரியும்'னு எக்காளமாக் கேட்டுப்புட்டா ..."

கொஞ்சம் இடைவெளி விட்டு மூச்சு வாங்கிக்கொண்டார். இன்னொரு புகையிலைத் துண்டை ஒடித்து வாய்க்குள் திணித்தார். பசை காய்ச்சி இறக்கிவிட்டனர். மேலெல்லாம் பசைத் துகள்கள் ஒட்டியிருக்க வெறும் மேலோடு வத்தனும் வந்து உட்கார்ந்து கொண்டான். பையன்களுக்கு மூச்சுப் பேச்சே வரவில்லை. கதை கேட்கிற ஆர்வம் பொங்கியது. கை மட்டும் தன்னிச்சையாகப் போஸ்டரில் இருந்தது.

"என்னூட்டுக்கு வந்தவ ... என்னயப் பாத்து இப்பிடிக் கேக்க ஆச்சானு ... ஒரே வைராக்கியத்துல ... கட்டுன நெல்லுக் குடோன சினிமா ஆடற கொட்டாயா மாத்திப் புடுங்கடான்னு சொல்லீட் டாரு ... இப்பிடித்தான் இந்தக் கொட்டாயி வந்துச்சுங்கறாங்க."

"எப்பா ... இதுக்கு விமலான்னு ஏம் பேரு ... மொதலாளியப்பன் மருமவ பேரா?"

கேட்டுவிட்டுச் சத்திவேல் கடகடவென்று சிரித்தான்.

"எதுக்குடா இந்தச் சிரிப்புச் சிரிக்கிற ... வாயப் பாரு ... வெளுத்தி கூதியாட்டம். மருமவ பேர வெப்பானா கெழவன்? மடையூருப் பக்கம் மினுக்கனுக்கொரு தொடுப்பிருந்துச்சுன்னு பேச்சு ... அவ பேரு தானாம் அது ... மருமவ பேசிப்புட்டானு இடிஞ்சு உக்காந்திருந்த கெழவனுக்கு அவதான் இந்த ஐடியாவக் குடுத்தாளாம். அதாம் பேரு வெச்சுட்டாருன்னு சொல்றாங்க."

"ஏப்பா ... நா வேற மாதிரியில்ல கேட்டிருக்கறன். ஏதோ அமராங் கொட்டாயிக்கும் மொதலாளி அப்பனுக்கும் தகலாறுன்னு ..."

எழுந்து, சேர்ந்துவிட்ட புகையிலை எச்சிலை வாடி நின்றிருந்த அசோக மடித்தடியில் துப்பிவிட்டுத் திரும்பவும் வந்து அதே படியில் உட்கார்ந்தார். 'ஒரு பீடி குட்ரா' என்று சத்திவேலிடம் கை நீட்டினார். காதின் மேல் செருகியிருந்த பீடியை எடுத்து நீட்டினான். அதைப் பற்ற வைக்க வாயைக் குவித்துக் கைகளை மேலே கொண்டு வந்து குவிக்கையில் குரங்கொன்றைப் போலத் தோன்றினார். புகையை இழுத்துக்கொண்டு கண் சொக்கிக் கொஞ்சநேரம் அந்த லயத்தில் இருந்தார். எப்போது முடிப்பார் என்கிற எதிர்பார்ப்பு எல்லார் முகங்களிலும் தேங்கியிருந்தது. கடைசி இழுப்பை முடித்துத் தூக்கி எறிந்த பின் வாயைத் திறந்தார்.

"அந்தக் காலத்துல அமரான் டாக்கீஸ்தான் ஜேஜேன்னு ஓடிக்கிட்டு இருந்துச்சு. கன்னூருப் பெட்ரோல் பங்க் இல்ல, அதுக்கும் பக்கத்துலதான் அமரான் இருந்த எடம். டெண்டுக் கொட்டாயிதான். ஆனா ரொம்ப வெருசம் நடத்துனான் . . . மலையூரு ரோட்டுல கையூருக்கிட்ட 'கூவலான்' அப்பிடீன்னும் ஒரு கொட்டாயி அவனே வெச்சிருந்தான். தலைவரு படம் 'ஊருக்கு உழைப்பவன்'னு ஒன்னு வல்ல, அத ரண்டு கொட்டாயிலயும் போட்டான். ஒரே பிச்சரு . . . அமரான்ல ஒருபாகம் ஓடுன ஒடன அந்தப் பிச்சர கூவலானுக்கு ஒரு ஆட்டோவுல கொண்டுக் கிட்டுப் போவான். பாகம் உடறதுக்குள்ள இடைவேள வெரைக்குமான பிச்சர் போயிரும் . . . இப்பிடி ஒரு ஆட்டோ ரண்டு கொட்டாயிக்கும் போய்க்கிட்டு வந்துக்கிட்டே இருக்கும். ஆனா ரண்டுலயும் கூட்டத்தப் பாக்கோனுமே . . . அதிலயெல்லாம் வாரிக் கட்டீட்டான் பணத்த. அவந்தான்டா சினிமாக் கொட்டாயின்னா கொட்டாயாட்டம் நடத்தினான் . . ."

அந்தக்கால நினைவுகளில் மூழ்கினால் தாத்தாவுக்குக் குதிரை ஓடிக்கொண்டேயிருக்கும். மூச்சு வாங்க வாங்கப் பேசுவார். விஷயத்தின் உள்ளுக்குள் போய்விட்டால் அவரை மீட்பது கடினம். சத்திவேல் இடையில் அவரைக் கலைத்தான்.

"அது செரீப்பா . . . அவனுக்கும் மினுக்கருக்கும் என்ன தவலாறு?"

எல்லாரும் அவரையே பார்த்துக்கொண்டிருக்கவும் பீடிகை போடத் தொடங்கிவிட்டார். காடா பனியனைக் கழற்றி 'அப்பப்பா . . . வேக்காடு' என்றார். பனியனால் லேசாக விசிறிக்கொண்டார். அதுவரைக்கும்கூடப் பொறுமையில்லாமல் 'சொல்லுப்பா' என்றான் சத்திவேல்.

"அட . . . அவனும் ஒரே எனமா இருந்திருந்தா ஒன்னும் பிரச்சனையில்ல . . . அவன் வேற, இவுரு வேற. அதோட அவன் கொட்டாயி மட்டும் நடத்தாத தறிப்பட்டறையும் போட்டிருந்தான். அதுலதான் ரண்டு பேருத்துக்கும் பழக்கம். இவுரு அவன எப்பவும்

‘வாய்யா’ன்னுதான் வாய் நெறையக் கூப்பிடுவாரு. அவனும் சிரிச்சுக்கிட்டே ‘வாங்கப்பா’அப்பிடீம்பான் . . . இப்பிடித்தான் இருந்துச்சு . . . தறியில என்ன எழ அறுந்து போச்சோ தெரீல, ரண்டுக்கும் கொஞ்சநாள்ல ஒத்துப் போவுல. அப்பத்தான் எதோ பேச்சுவாக்குல ‘என்னய்யா எதோ டப்பாக் கொட்டாயி போட்டுக் கிட்டு பொம்பளைங்களக் கூட்டியாந்து ஆடவெச்சுச் சம்பாரிக்கற மனசன் நீ’ அப்படீன்னு மினுக்கன் சத்தம் போட்டிருக்கராரு. அந்தக் காலத்துல டென்டு போட்டு நாடகம் போடுவாங்க . . . அத எப்பவோ பாத்த நெனப்பு. சினிமான்னாலும் அதுதான்னு அவருக்கு இருந்திருக்குது . . .”

“இந்தக் கொட்டாயி கட்டற வரைக்கும் மொதலாளி படமே எதும் பாத்திருக்க மாட்டாரோ?”

எல்லாருக்கும் ஒரே சிரிப்பு. மினுக்கர் கொட்டாயிக்கு வந்துவிட்டாலும் அப்படித்தான். அவருக்குப் பின்னால் வாயைப் பொத்திக்கொண்டு சிரிப்பார்கள். போகிறவரைக்கும் பார்க்கிற எல்லாரையும் ‘ஊசக்கூதி’ என்று ஒரு தடவையாச்சும் சொல்லிவிடு வார். மற்ற எல்லாத் தொழில்களையும் மகன்களுக்குப் பிரித்துக் கொடுத்துவிட்டுக் கொட்டாயை மட்டும் அவர் பார்க்கிறார். குலுங் காமல் காரில் வந்து இறங்கிக் கொஞ்சநேரம் இருந்துவிட்டு மறு படியும் அதே மாதிரி போய்விடுவார். இருக்கிறவரைக்கும் சத்தம் சுவர்களில் சிதறும்.

தாத்தா தொடர்ந்தார்.

“கொட்டாயி கட்டுனதுக்கு அப்பறமும் மினுக்கன் முழுசா ஒருபடமும் பாத்ததில்ல. இந்தக் காலைக்காட்சி போடறப்ப மட்டும் இடைவேளை முடிஞ்சொடன, மொலயப் புடிக்கறாப்பல ஒரு நிமிசம் ரீல் ஓட்டுவாம் பாரு, அதத்தான் போய்ப் போய் நின்னுக்கிட்டுப் பாப்பாரு. அதும் கதவோரமா ஆருக்கும் தெரியாத . . . நானும் நாலஞ்சு வெருசமா இங்கதாங் கெடக்கறன். எனக்குத் தெரிஞ்சு ஒருபடம் பாத்ததில்ல அவுரு . . .”

“அப்பறம் அமராங் கொட்டாயிக்காரன் என்ன சொன் னானாமா . . .”

“பொச்சுக்கும் பொறத்தாண்ட சிரிக்கறவன், மினுக்கன் இப்பிடிச் சொன்னா உடுவானா? ‘எங்க இன்னொருக்காச் சொல்லுப்பா’ன்னு கேட்டுக் கேட்டுச் சிரிச்சிருக்கறான். பக்கத்துல இருந்தவனெல்லாஞ் சிரிக்க, மினுக்கனுக்கு என்னடா எழவு சொல்லிட்டம் இதுக்கு இப்பிடிச் சிரிக்கறானுவளேன்னு ஆயிருச்சு . . . ஊட்டுக்கு வந்து பையங்கிட்டச் சொன்னா, அவனுஞ் சிரிக்கறான். என்னன்னு கேட்டொடனதான் ஒறைச்சிருக்குது . . . ‘அந்தக் கமுக்கன் . . . ஊசக்கூதி . . .

நாலு பேருத்துக்கு முன்னால என்னய இப்பிடிக் கேக்க ஆச்சான்னு' கோபத்துலதான் இதச் சினிமாக் கொட்டாயி ஆக்குனாருன்னுஞ் சொல்றாங்க ...”

நேரம் ஆவதைக் கண்டு சண்முகன் எழுந்து போனான். பக்கெட்டு களை எடுத்து வைத்துப் பசையை அள்ளி அவற்றில் ஊற்றினான். நன்றாக ஆறியுமிருந்தது. போஸ்டர் மடிப்பது முடிந்திருந்த போதும் யாரும் எழுந்திருக்கவில்லை.

“எது நெசமோ தெரீல்ல ... ஏப்பா ...”

“ஆமாண்டா ... கொட்டாயி மொதல்ல தொடங்குனப்பப் பாக்கோனுமே ... புதுக்கொட்டாயி. கூட்டம் எகிறிக்கிட்டு நிக்குது ... கவுண்டர்ல டிக்கெட் குடுக்கறது பத்தாத ... மினுக்கன் என்ன செய்வாரு ... மெயின் கேட்டுக்குப் பக்கத்துலயே ஒரு ஸ்டூலப் போட்டு உக்கோந்துக்குவாரு. ‘அய்யா ... அம்பது பைசாத்தாம்பா இருக்குது’ அப்டீன்னு நீட்டுனாக்கூட ‘போய்த் தொலைடா நாயி'ன்னு வாங்கிக்கிட்டு உட்ருவாரு. அவுருக்குப் பாக்கெட் நெறையச் சில்லர இருந்தாப் போதும் ... அப்ப நல்லாக் கனுக்கனுன்னு உருளக்கட்ட யாட்டம் இருந்தாரு. இப்பக் கொஞ்சம் ஒஞ்சு போய்ட்டாரு.”

மேனேஜர் கேட்டைத் திறந்து சைக்கிளைத் தள்ளிக்கொண்டு உள்ளே வருவது தெரிந்தது. பின்னாலேயே பீடாக்கடைக்காரரின் மனைவி குழந்தையைக் கொண்டு வந்தது. எல்லாரும் சூறைத் தேங்காயாய்ச் சிதறினார்கள். பக்கெட்டில் பசையை அள்ளி ஊற்றினார் கள். போஸ்டர்களைக் கட்டினார்கள். தீயை அணைத்தார்கள். குழந்தை அதன் அம்மாவிடமிருந்து சத்திவேலிடம் தாவியது. ‘த்தா த்தா’ என்றது. அவன் அதை ஒன்றும் கவனிக்கிற நிலையிலில்லை. வாட்சுமேன் தாத்தா எழுந்து பவ்வியமாய்க் கீழே இறங்கி நின்று கொண்டார்.

“என்னடா முடிஞ்சிருச்சா?”

மேனேஜர் புருவம் அசையக் கேட்டான். எல்லாரும் தலையை ஆட்டினார்கள். சத்திவேல் பக்கத்தில் போனான்.

“என்னொ ...”

“சார் ... இன்னொரு அஞ்சு ருவா அட்வான்ஸ் வேணும். நாளக்கிக் கழிச்சுக்குவீங்க ...”

“அதாண்டா ... ஆளுக்கு அஞ்சு முந்தியே குடுத்திருக்குதில்ல ...”

“சார் சார் ... அதச் சைக்கிளுக்குக் குடுத்திட்டஞ் சார். செலவுக்கு வேற பணமேயில்ல.”

அவன் கையை உதறிவிட்டு நகர்ந்தான். சத்தி பின்னாலேயே ஓடினான்.

“சார் சார் . . . ஆட்டூர் ரோடு ரொம்பத் தூரம் சார். ரண்டு மூனுதடவ டீக் குடிக்கோனும். அஞ்சு ருவா மட்டும் குடுங்க சார் . . . கழிச்சுக்குவீங்க . . .”

“கணக்கெல்லாம் முடிச்சாச்சு . . . போடா.”

கேபின் படிகளில் ஏறி மேலே போய்க் கதவுக்குள் நுழையும் வரை ‘சார் சார்’ என்ற குரல் தழைந்து கெஞ்சியது. பலனில்லை. முகத்தைத் தொங்கப் போட்டுக்கொண்டு வந்தான். பூதன் முகத்தில் இகழ்ச்சிச் சிரிப்பு.

“என்னடா . . . அந்தத் தேவ்டியா மவங்கிட்டப் போயிப் பிச்சக் காரனாட்டம் கெஞ்சற?”

“டேய் . . . ஆரப் பாத்துப் பிச்சக்காரன்னு சொல்ற . . .”

பூதன் அலட்சியமாய்ச் சொன்னான்.

“உங்கொப்பன் என்ன . . . பெரிய ஏவாரமா பண்றாரு? பிச்ச தான்டா எடுக்கறாரு.”

“உங்கொம்மா வேண்ணா . . . எவனோடவோ ஓடுனவ. எங்கப்பன் ஒன்னும் கெடையாது.”

“சத்திவேலு . . . சத்திவேலுனு அன்னக்கி வந்து கத்துனாரே . . . நீயில்ல, நாந்தான் அனுப்பி வச்சன் . . . போடா.”

கைகள் முடங்கிக்கொள்ள மனசு தவித்தது. உடல் பதறியது. தலையைக் குனிந்து போஸ்டரை எடுத்தான். பூதன் இன்னும் சிரிப்பது போலிருந்தது.

12

டிக்கெட் கொடுத்துக்கொண்டிருந்தார்கள். கூட்டமில்லை. ச்சேரில்தான் கொஞ்சம் பேர். பெஞ்சில் ஒவ்வொருவர். தரை டிக்கெட் இன்னும் கொடுக்காத தால் அந்தப் பெஞ்சுகளில் ஒருவருமில்லை. கம்பிப் பெட்டியைத் தூக்கி வந்த சத்தி இன்னும் கொஞ்சம் கூட்டம் சேரட்டும் என்கிற நினைப்பில் கீழே வைத்து விட்டுப் பெஞ்சில் உட்கார்ந்தான். காற்று விசுவிசுத்தது. வெளியே நிலா மஞ்சளாய்ப் பெருத்துத் தெரிந்தது. ட்யூப் வெளிச்சத்தில் அதன் ஒளி சிறிதும் விழவில்லை. கொஞ்சநேரம் அதையே பார்த்துக்கொண்டிருந்தான். இனம் புரியாத ஏக்கம் மனசைக் கவ்வியது. எழலாம் போலிருந்தது. வயிறு பிடித்துக்கொண்டு வலித்தது. வெளியே போய் மலையாளத்தான் கடையில் ஒரு வறிக்கி தின்று டீ குடித்து வரலாம் என்று நினைத் தான். பெட்டியைத் தோளில் தூக்கி வைத்துக்கொண்டு ஒருசுற்று வந்தான்.

“சோடாக் கலரே . . . சோடாக் கலரே . . .”

சத்தம் மட்டும் வெறுமனே அலைந்து எதிரொலித் தது. எந்தவிதப் பயனுமில்லை. ஒரு முகத்திலும் சோடா குடிக்கிற களை தெரியவில்லை. பெண்கள் பக்கம் போனான். யாராவது கலர் குடிப்பார்கள். அங்கும் யாரும் கவனித்ததாகவே தெரியவில்லை. திரும்ப ச்சேரை நோக்கி வருகையில் கருவாச்சி

தெரிந்தாள். யாரோ ஒருவனின் கையைப் பிடித்துக்கொண்டு இலேசாய்த் தோளில் சாய்த்தவாறு படி ஏறிக்கொண்டிருந்தாள். அவன் ஒருகையில் வேட்டியையும் மறுகையில் அவளையும் பற்றிக்கொண்டு தடுமாறினான். ஆள் நிலையிலில்லை. வசமான பார்ட்டியாக இருக்க வேண்டும். விரலில் மோதிரத்தின் மினுங்கல் அடித்தது.

அவள் தலை நிறைய மல்லிகையை ஒடித்து வைத்திருந்தாள். சரிகைச் சேலையும் அலங்காரமும் அப்போதுதான் செய்துகொண்டு வருகிறாற்போல் அத்தனை புதுசாகத் தெரிந்தன. இடுப்புச் சேலை வேண்டிய மட்டும் கீழே இறங்கியிருந்தது. ஒடிந்து விழுந்துவிடுவாள் போல ஒல்லி. அவனை மேலேற்றுவதில் கவனமாய் இருந்தவள் சேலை விலகல் எதையும் லட்சியம் செய்யவில்லை. ஏறியதும் ச்சேரை ஒரு கையில் பிடித்து நின்றாள். அவன் ஏதோ குழறிக்கொண்டு அவளை இழுத்தான். இழுப்புக்கு ஏற்ற மாதிரி அவனோடு நடந்து எதிர்ப்பக்கம் இருந்த சோபா வரிசையில் அவனை உட்கார வைத்துத் தானும் உட்கார்ந்தாள். பெரிய பாரத்தை இறக்கிவிட்டவள் போலக் கைகளை மேலே உயர்த்தி நெட்டி முறித்தாள். அவன் அவள் தோளைப் பற்றிச் சாய்வதற்கோ வேறு எதற்கோ முயன்றுகொண்டிருந்தான். சத்திக்கு இங்கிருந்து பார்க்கச் சிவப்புச் சேலையும் கறுப்பு நிறமுமாய் ஒரு வண்ணத்துப் பூச்சியை ஒத்திருந்தாள்.

அடிக்கடி வருகிறவள்தான். ஆட்கள் மாறும். தனியாகவும் வருவாள். சத்திக்கு நன்றாகப் பழக்கம்தான். போய்ப் பேசலாம் என்று தோன்றியது. அவன் எதுவும் சொல்வானோ. நினைவு தெரிகிற நிலையில் அவன் இல்லை. கம்பிப்பெட்டியோடு சோபாப் பக்கம் நடந்தான். சோபா ஒரே ஒரு லைன்தான். பக்கத்துக்குப் பதினைந்து இருக்கும். இப்போது கருவாச்சியும் அவனும் தவிர ஒருவரும் இல்லை.

சத்தியைப் பார்த்ததும் அவள் முகத்தில் பவுடரையும் மீறி மலர்ச்சி தெரிந்தது. குழந்தையைப் போலக் குதூகலித்துக் குரலில் குழைவு காட்டிக் கூப்பிட்டாள்.

“சத்தி . . . டேய் . . . அப்பா . . . பொணமாட்டங் கனக்கறான். ஒடம்பே ஓஞ்சு போச்சுரா அப்பா . . . ஒரு சோடாக் குடு.”

“என்னக்கா . . . ஆளு வெயிட் பார்ட்டியாட்டம் இருக்குது . . . மோதரமெல்லாம் மின்னுது.”

“அடப்பாவி . . . அதுக்குள்ள அதுல கண்ணு வெச்சிட்டயா. வேண்டான்டா. வழக்கமான ஆளு . . . நாளக்கிப் பொல்லாப்பு வந்திரும் . . . சோடாக் குடு.”

சோடாவை உடைத்துக் கொடுத்துவிட்டுப் பக்கத்துச் சோபாவில் உட்கார்ந்தான். அந்த ஆளின் தலை அதற்குள் தொங்கிப்போய்விட்டது. பொருளற்ற குரல் மட்டும் விட்டுவிட்டு வந்தது.

"ஒருசோடா அந்தாளுக்குக் குடுக்கட்டுமாக்கா?"

"அட நிய்யொருத்தன்... சினிமாவுக்கு வா சினிமாவுக்கு வான்னு பிச்சுப் புடுங்குனான். இப்பப் பாரு கொடசாஞ்சுட்டான். அவன எதுக்கு எழுப்பற? உடு... படம் உடும்போது கொஞ்சம் தெளிஞ்சிரும்."

வெற்றிலைக் காவி படிந்த அவள் உதடுகளையே பார்த்துக்கொண்டிருந்தான். சோடாப் பாட்டிலைக் கொடுத்துவிட்டு மார்புக்குள் கைவிட்டுச் சின்னப் பர்ஸ் ஒன்றைத் திறந்து ஐந்து ரூபாய்த் தாளை உருவினாள்.

"சத்தி... ஒரு முட்ட போண்டாவும் வெத்தல பாக்கும் வாங்கிக் கிட்டு மிச்சத்த நீ வெச்சுக்க. வாங்கியா போ... கம்பிப்பொட்டி இங்கயே இருக்கட்டும்."

உள்ளே யார் யாரோ அவளையே திரும்பிப் பார்த்துக்கொண்டிருக்கிற மாதிரி தெரிந்தது. அவள் எதையும் கவனிக்காமல் பெரிதாக ஏப்பம் விட்டுச் சோபாவில் சாய்ந்துகொண்டாள். பக்கத்துச் சோபாக்கள் உறை பிய்ந்து நார்கள் மட்டும் தெரிந்தன. ஐந்து ரூபாய்த் தாளோடு அவளை விட்டுப் பிரிய மனமில்லாதவன் போல வெளியே வந்தான்.

வெளியே ஒரே களேபரமாக இருந்தது. பீடாக் கடைக்காரர் வெளியே வந்து நின்றுகொண்டு பரபரப்பாக இருந்தார். அவர் மனைவி கடைக்குள் உர்ரென்று உட்கார்ந்திருந்தது. குழந்தை அழுவதையும் கவனிக்காமல் அவரையே முறைத்துக்கொண்டிருந்தது.

"என்னடா சத்தி... உங்கொக்கா வந்திருக்காகளா?"

தொனியை மாற்றிச் சிரித்தபடியே டீக்கடைக்காரர் தூரத்திலிருந்து விசாரித்தார். பீடாக் கடைக்காரரின் மனைவி திரும்பி அவரையும் ஒரு முறை முறைத்தது. பீடாக்காரரின் பரபரப்பும் அலைபாய்தலும் எதற்கென்று விளங்கிவிட்டது. வெற்றிலை எப்படிக் கேட்பது என்பதில் சங்கடம். டீக்கடைக்குப் போய் 'ஒரு முட்ட போண்டா... கருவாச்சிக்கு' என்று மெதுவாகச் சொன்னான்.

அவர் இரண்டாக எடுத்துப் பேப்பரில் சுற்றிக் கொடுத்தார். காசு கேட்கவில்லை. சத்தியும் கொடுக்கவில்லை. இவனிடம் பேசிவிடத்தோது பார்த்து நின்றிருந்தார் பீடாக் கடைக்காரர். டீக்கடைக்குள் நின்றிருக்கையில் பீடாக் கடையின் உள் தெரியாது. அதனால், அந்தப் பக்கமாக ஒதுங்கி 'என்னடா வேணும்' என்றார். அதே குரலில் 'வெத்தல' என்றதும் சற்று நகர்ந்து கடைக்கு வெளியே நின்றபடியே எட்டி எடுத்தார். அவர் மனைவி கோபத்தோடு பேசுவது கேட்டது.

"இதா... நாம் போறன்... கடைய வந்து பாத்துக்க."

"இருடி... சும்மா இப்பத்தான் தொறக்காத..."

வெற்றிலையைக் கொடுத்துவிட்டுக் 'குடுத்துட்டு அப்படியே ஆபிஸ் ரூம் பக்கம் வாடா. இந்தக் கண்டாரோலி வேற மொனமொனன்னுக் கிட்டே இருக்கறா' என்றார். தலையை அசைத்துவிட்டு, உள்ளே போகையில் படம் போட மணி அடித்தது. போகப் போகவே விளக்குகள் அணைந்துவிட்டன. சுதாரித்து அடி எடுத்து வைத்தான். கண் பழக்கமாகி அருகில் போகையில் அந்த ஆளின் குறட்டை தவளையின் கதறலாய் வந்தது.

சத்தி முன் போலவே பக்கத்துச் சோபாவில் உட்காரப் போனான். கம்பிப்பெட்டி தடுக்கியது. 'பாத்துரா' என்று நிமிர்ந்தாள் அவள். தூக்கி ஓரமாக அடுத்த சோபாவுக்கடியில் வைத்துவிட்டு உட்கார்ந்து போண்டாக்களையும் வெற்றிலையையும் அவள் கையில் வைத்தான். கைகளின் ஸ்பரிசம் மெத்தென்றிருந்தது. இன்னும் கொஞ்சநேரம் அப்படியே பற்றிக்கொண்டிருக்கலாம் போல. அவள் எதுவும் உணரா மல் போண்டாவைக் கடித்துத் தின்னத் தொடங்கினாள்.

"இப்ப வர்றங்க்கா . . . பீடாக்காரரு நின்னுக்கிட்டு இருக்கறாரு."

"அந்தாளுக்குக் கழுகுக் கண்ணுடா . . . அவன் ரச்ச தாங்க முடியாது. கையா இருக்குது அவனுக்கு . . . சம்மட்டி."

அவள் சொல்லிக்கொண்டே இருக்க இருக்க இவன் தடுமாறாமல் நடந்து போனான். பீடாக்காரர் இந்நேரம் நிலைகொள்ளாமல் தவித்துக்கொண்டிருப்பார். இவ்வளவு நேரம் ஏன்டா என்று திட்டுவார். இருக்கிற வேகத்திற்கு அறையக்கூடச் செய்வார். கடைப் பக்கம் போனால் அவரின் பெண்டாட்டி பார்வை வேறு தாங்க முடியாது. இந்த ஆளுக்கு எதற்கு இந்த வேலை? பெண்டாட்டிதான் கிளி மாதிரி இருக்கிறாளே. 'கிளி மாதிரி பொண்டாட்டி இருந்தாலும் கொரங்கு மாதிரி கூத்தியா வேணும்டா.'

ஆபிஸ் ரூமுக்கு நேராக வெளியில் நடை பயின்றுகொண்டிருந்தார். மேலே சட்டையோ துண்டோ போடாமல் தொந்தியை நிமிர்த்திக் கொண்டு வெறும் மடித்துக் கட்டிய லுங்கியோடு அவரைப் பார்க்க அருவருப்பாக இருந்தது.

"அந்தாளு முழிச்சிருக்கறானா . . . கொட சாஞ்சிட்டானா?"

"பாதீல இருக்கறான்."

தோளில் கை போட்டுப் பக்கத்தில் இழுத்துக் காதுகளை உரசுகிற மாதிரி சொன்னான்.

"கருவாச்சிகிட்ட பொம்பளைங்க பக்கம் ஒரு க்யூ சும்மா கெடக்கு தில்ல . . . அங்க வரச் சொல்லு. இன்னம் பத்து நிமிசம் கழிஞ்சாப் புக்கிங் முடிஞ்சிரும் . . . வந்தொடன போயரலாம்னு சொல்லு. மாட்டங் கீட்டன்னா . . . நா வர்றன் . . . என்னொ."

"ம்..."

வேண்டா வெறுப்பாகத் தலையை ஆட்டினான். இரண்டு ரூபாய்த் தாள் ஒன்றை மேல் பாக்கெட்டில் திணித்துவிட்டான்.

"சொல்லீட்டுப் போயி மலையாளத்தாங் கடைல டீக் குடிச்சுக்க... ம்..."

தலையை லேசாக வருடிவிடுகிற தோரணையில் உள் நோக்கித் தள்ளிவிட்டுப் பெண்கள் பக்கம் புக்கிங் நோக்கி போனவன் திரும்பி 'டே சத்தி' என்றான். சத்தி அருகில் போனான்.

"உங்கொக்கா கடைல இருக்கறா. அவகிட்டக் கீது மூச்சுட்ட... கொரவளயத் திருவீருவன்டா."

"நானெதுக்கண்ணா சொல்றன்."

அவரைப் பார்க்காமலே சொல்லிவிட்டு உள்ளே போனான். எழுத்து ஓடிக்கொண்டிருந்தது. முட்டை போண்டா ஒன்றை நீட்டினாள். அவள் கைகளைக் கவ்வுகிற மாதிரி வாங்கிக்கொண்டான். நெஞ்சு படபடத்தது. போண்டாவைப் பற்றிய விரல்கள் நடுங்கின. ஒரட்டாங்கையால் விரல்களை அழுத்திவிட்டுப் பார்த்தான்.

"பீடாக்காரன் வரச் சொன்னானாடா?"

"ம்... புக்கிங் ரூம் பக்கம்..."

அவள் விடுகிற பெருமூச்சின் ஒலி காதுகளை உரசியது. போண்டா எண்ணெய்யை லுங்கியில் துடைத்தான். கால்களை ஒன்றின் மேல் ஒன்றாய்ப் போட்டு இறுக்கமாய் உட்கார்ந்தான்.

"இது பாரு... வாயத் தொறந்துக்கிட்டு என்ஜின் ஓடறாப்பல..."

அந்த இருட்டிலும் அவள் முகம் கோணுவது தெரிந்தது. மல்லிகை வாசம் நாசியில் ஏறியது. இன்னும் கொஞ்சம் அவள் பக்கமாய்ச் சாய்ந்தான். பவுடர் மணம் திகட்டியது. உடம்பு உதறியது. கொதிக்கும் உலைக்குள் தூக்கிப் போட்ட மாதிரி உணர்ந்தான். இதற்கு முன்னும் நிறைய முறை அவள் வந்திருக்கிறாள். பேசியிருக்கிறான். ஒரு முறையும் இல்லாத பதற்றம் இப்போது மட்டும் எப்படி, இன்றைக்கு...

அதற்கு மேல் அங்கே உட்கார முடியும் என்று தோன்றவில்லை. எழுந்திருக்கவும் மனசில்லை. அவள் முகத்தை ஏறிட்டுப் பார்த்தான். படத்தில் இருந்தாள். படத்தில் காதல் நாயகன் ஒன்றுக்கிருந்துவிட்டு ஜிப் போட்டுக் கொண்டிருந்தான். அதையும் அவளையும் மாறி மாறிப் பார்த்தான். வாய் குழறியது.

"அக்கா..."

அவளிடமிருந்து எந்தப் பதிலும் இல்லை. கூப்பிட்டோமா என்று சந்தேகமாக இருந்தது. குரல் உள்ளுக்குள்ளேயே அடங்கிவிட்டதோ. எச்சில் கூட்டி விழுங்கினான்.

"அ . . . க் . . . கா . . ."

"ம் . . ."

அவள் அதற்குமேல் எதுவும் பேசவில்லை. இரண்டு சோபாக்களுக்கும் இடையே இருந்த கைப்பிடி ஒடிந்து காணாமல் போயிருந்தது. இவன் கை அவள் சோபா நுனியில் உட்கார்ந்திருந்தது. கண்கள் அவளையே பார்த்துக்கொண்டிருந்தன. கை அவனையும் அறியாமல் நகர்ந்துகொண் டிருந்தது. சேலையைத் தொட்டு இடுப்பில் விரல் நுனி பதிந்தது. அவளிடம் அசைவில்லை. நடுக்கம் தளராமல் கை முழுவதையும் இடுப்பில் வைத்தான். படுகிற மாதிரியும் படாதது போலவும் தோன்றியது. அழுத்திப் பதித்தான். இடுப்பு கொழகொழத்துக் கிளர்ச்சி ஊட்டியது. படத்துக்காரன் இடுப்பு மாதிரி கல்லைப் போல இறுகியில்லை.

இலேசாகத் தடவினான். அவளைப் பார்க்கக் கூச்சமாக இருந்தது. படத்துப் பக்கம் திரும்பிக்கொண்டான். கை பாட்டுக்குத் தடவியது. கொஞ்சம் முன்நோக்கி வயிற்றுப் பக்கம் அளைந்தது. தொப்புள் குழியில் விரல்பட்டுத் திரும்பியது. மேலே உயர்த்தினான். அவள் சோபாவில் நன்றாகச் சாய்ந்துகொண்டு படம் பார்த்தது வாகாக இருந்தது. ரவிக்கையின் கீழ் நுனியில் விரல் நின்றது. 'டேய்' என்ற செல்லமான அதட்டலோடு கையைப் பற்றினாள்.

கொஞ்சமும் தணியாமல் எங்கே இழுத்து விட்டுவிடுவாளோ என்கிற பயத்தில் கையை இன்னும் அழுத்தமாக வைத்துக்கொண்டான். 'அக்கா. . .' என்றான் கண் சொருக. அந்த இடத்தில் குனிந்து ஒரு முத்தம் தர வேண்டும் போலிருந்தது. முகத்தைத் திருப்பினான். அவன் கோலத்தை உணர்ந்தவளென அவன் தாவாக்கட்டையில் கை வைத்து முகத்தைப் பிடித்து எதிர்பார்க்காத வகையில் உதடுகளை மென்மையாகத் தழுவி முத்தமிட்டாள். இரத்தம் முழுக்கவும் உறிஞ்சப் பட்டவன் போலச் சோபாவில் சாய்ந்தான். கையை விலக்கிவிட்டுச் சொன்னாள்.

"காலு மசுருகூட ஒழுங்கா மொளைக்காத உனக்கு . . . இது எதுக்குடா . . . ம்? லொக்கா லொக்காங்கற . . . ம் . . ."

"அக்கா . . . உன்னோட நானும் வந்திருட்டுமாக்கா ?"

பிய்த்து எடுத்துவிடுகிற மாதிரி கன்னத்தைக் கிள்ளி இழுத்துவிட்டு முந்தானையைச் சரிசெய்துகொண்டு எழுந்து புக்கிங் ரூம் பக்கமாகப் போனாள். சத்தி அசைவற்றுக் கிடந்தான். கண்களை மூடிக்கொண்டான். நாக்கை நீட்டி நீட்டிப் பார்க்கிறான். நுனிவரை வந்த தேனைச் சட்டென்று இழுத்துக்கொண்டாற் போலிருந்தது. கால்களைப் பிரித்துக் கைகளையும் விரித்து உணர்வற்றவன் போலக் கிடந்தான்.

அந்த ஆளின் குறட்டைச் சத்தம் அலறியது. தலை முழுக்கவும் கவிழ்ந்து குறுகிக் கிடந்தான். உதறிவிட்டுப் போனவளை எட்டிப்

பிடித்திருக்கலாமோ என்றிருந்தது. மூச்சு பாம்பின் சீறலாய் இன்னும் வந்துகொண்டிருந்தது. தடுமாறி எழுந்து லுங்கியை இறுக்கிக் கட்டினான். சட்டென்று ஞாபகம் வரக் குனிந்து கால்களைத் தடவிப் பார்த்தான். மயிர்க்கால்கள் லேசாக உரசின. பார்த்துக் கொள் என்று தூக்கிக் காட்டியிருக்கலாமோ. மீசையைத் தடவிப் பார்த்தான். மெலிதாகத் தெரிந்தது. முழுக்கவும் எடுத்துவிட்டு நன்றாக வளரவிட வேண்டும் என்று நினைத்துக்கொண்டான்.

அந்த ஆளை நெருங்கி மேல்பாக்கெட்டில் கை விட்டான். கையில் அழுந்திய தலையை ஒரு இடி இடித்துத் தள்ளினான். எதிர்ப்பக்கம் சாய்ந்து ஏதேதோ குறட்டை ஒலியோடு தொடர்ந்தது. நசுங்கிய சிகரெட் ஒன்றும் எட்டணாவும் பத்துப் பைசாக்களும் தட்டுப்பட்டன. அள்ளித் தன் பாக்கெட்டில் போட்டுக்கொண்டான். சட்டையில் உள் பாக்கெட் இருந்தது. உள்ளே கை விடுகையில் அவன் மார்பு மயிர்கள் மொசமொசத்துக் கையில் பட்டன. ஒரு இழுப்பு இழுத்து விட்டான். வலியில் முகத்தைச் சுளித்துத் திரும்பவும் பழைய நிலைக்கே போய்விட்டான். உள் பாக்கெட்டில் ஒன்றுமில்லை. வேட்டியின் ஒரு நுனியை விலக்கி அன்ட்ராயருக்குக் கை விட்டான். வெறுந்தொடைதான் தட்டுப்பட்டது. 'ச்சீ... நாயி...' என்று ஓங்கி ஒரு உதை விட்டான்.

கதவை நோக்கிப் போன பின்னால்தான் கம்பிப் பெட்டி ஞாபகம் வந்தது. திரும்ப வந்து தூக்கிக்கொண்டு கடைக்குப் போனான். பீடாக்கடைப் பக்கம் பார்வையைத் திருப்பவேயில்லை. ஸ்டேண்ட் ஓரமாய்ப் பெட்டியை வைத்துவிட்டுப் படிக்கடியே போனான். ஆபீஸ் ரூம் பக்கமிருந்து பூதன் முகம் முழுக்கவும் கொட்டி வைத்த சிரிப்போடு குதியாளம் போட்டுக்கொண்டு வந்தான். சிரிப்பில் கூச்சமும் வெட்கமும் நிறைந்திருந்தன.

"சத்தி இங்க வாடா... வாடான்னா..."

அவனோடு எழுந்து போனான். டீக்கடைக்காரர் கையை ஓங்கிக் குத்துகிற பாவனை காட்டிப் பீடாக் கடையைப் பார்த்துக் கண்களைச் சிமிட்டினார். கொஞ்சமும் உற்சாகமின்றி அவனோடு போனான் சத்திவேல். பெண்கள் பக்கக் க்யூவுக்குள் முன்பே மணியும் கணேசனும் நின்றிருந்தார்கள். சத்தியைப் பார்த்ததும் வாயை மூடிக்கொண்டு அவர்களும் சிரித்தார்கள்.

க்யூ இருட்டுக்குள் கிடந்தது. உயரத்தில் ஜன்னல் போன்ற சிமிட்டி போர்டுகள் பதிக்கப்பட்டிருந்தன. கணேசன் அதன் கீழ் விளிம்பைப் பிடித்துத் தொங்கிக்கொண்டிருந்தான். மணி ஏற முயன்று பார்த்தான். பூதன் ஒரே எகிறில் மேலே ஏறிக் கைகளைக் கீழாக ஊன்றி எம்பினான். இதிலிருந்து பார்த்தால் அந்தப் பக்கக் க்யூவுக்குள் தெரியும். சத்தி உள்ளே போய் நின்றான். மேலே எம்புகிற வலு உடலில் இல்லாமலிருந்தது.

பூதன் 'ம் . . . ம்ம் . . . ம்க்கும் . . . க்கூம்' என்று அடி வயிற்றிலிருந்து சத்தம் கொடுத்தான். மணி அடக்கமாட்டாமல் ஓங்கிச் சிரித்தான். பூதன் மறுபடியும் அதே மாதிரி சத்தம் கொடுத்தான்.

"என்னடா தெரீதா . . ." என்று குசுகுசுப்பாய்க் கேட்டான் சத்தி. கேட்டு அடங்குவதற்குள் திடீரென்று புகுந்தார் பீடாக்காரர். முன்னால் ஏறிக்கொண்டிருந்த கணேசனின் பொச்சாங்குட்டையில் அறைந்தார். அவன் கமுக்கடித்துக்கொண்டு விழுந்தான். மணியும் பூதனும் எழுந்து ஓட முயன்றார்கள்.

"ங்கொம்மா . . . பொறுக்கி நாய்வளா . . ."

அவர் கண்மூடித்தனமாய் அடித்தார். சத்திவேல் க்யூவுக்குள் நீண்ட தூரம் வந்து நின்றுகொண்டான். அவருக்கு இருட்டில் உள்ளே இருப்பவனைத் தெரியவில்லை. மற்றவர்கள் ஓடியதும் அவர் மீண்டும் எதிர் க்யூவுக்குள் போய்விட்டார். கொஞ்சதூரம் வந்து ஜன்னல் விளிம்பைப் பற்றித் தொத்திக்கொண்டு கண்களை விரித்து எதிரில் பார்த்தான். இருட்டைத் தவிர ஒன்றும் தெரியவில்லை. காதுகளைச் சாய்த்தான். எந்தச் சத்தமும் வரவில்லை. என்றாலும் இறங்காமல் முயன்றுகொண்டிருந்தான்.

13

குப்புறக் கிடந்தவனின் பாதத்தில் திடீரென்று குளிர்ந்தது. சிலீரிடலும் சிலிர்ப்பும் அற்ற மென்மை. குளிர்ச்சி மெல்லப் பரவியது. விரல்களை அது கவ்விப் பிடித்தது. எதிர்பார்க்காத தருணத்தில் சட்டென்று விட்டது. கிறக்கம் இறங்கி வெற்றாய்ப் போனான். எங்கே எங்கே என்று ஏங்கியது மனம். அனலின் எரிச்சலில் உடல் முழுக்க அந்த மென்மை படராதா என்னும் தவிப்பு. தலையை உயர்த்திப் புரண்டான். கண்கள் இன்னும் திறக்க முடியாமல் சூடுகள் பின்னிக் கிடந்தன. ஏதாவது ஒரு கணத்தில் மீண்டும் அந்த மென்மை தழுவாதா என்கிற எதிர்பார்ப்பில் பழசை நினைவுபடுத்திக்கொள்ள முயன்றான்.

வேர்வை கசகசத்து உடல் நாறியது. சட்டையின் அழுக்கு உடலில் ஒட்டிப் பிசுபிசுத்தது. கால்களையும் கைகளையும் அகல விரித்துக்கொண்டான். வெயிலின் வெளிச்சம் கண்களைத் தட்டியது. புறங்கையால் மறைத்தான். லுங்கி இழுபடுகிற மாதிரி தெரிந்தது. இருந்தும் அப்படியே கிடந்தான். கெண்டைக்காலில் மறுபடியும் அந்தப் பனி கவ்வியது. உடல் அதிர வளைந்து நெளிந்து அதனை உள்வாங்கினான். விட்டு விட்டுச் சொட்டுகிற இலைநீராய் அது அவனைப் பரவசப்படுத்தியது. அதனை முழுக்கத் தன்னோடு அணைத்து இறுக்கிக்கொள்ள வேண்டும் போலிருந்தது. அந்த லயிப்பில் இருந்து விலகிக் கைகளை நகர்த்தவும்

அவனால் முடியவில்லை. எத்தனையோ மெல்லிய பஞ்சுக் கயிறுகளால் தான் முழுக்கக் கட்டப்பட்டுக் கிடப்பதாகவே உணர்ந்தான். அவனின் நகக்கணுக்களில் அதிர்வுகள் கூடின. உடம்பின் ஏதேதோ இடங்கள் திடீர் திடீரென அதிர்ந்து எழுந்து அடங்கின. கண்களைத் திறந்து அந்த அதிசயத்தைக் கண்டுவிடுகிற துடிப்புக் கூடியது.

உடலோ இன்னும் அந்தச் சிலிர்ப்பிற்காய் அங்காந்து கிடந்தது. குழறல் சத்தங்கள் அர்த்தமற்றுச் செவியில் ஓடின. காதுகள் இதுவரைக்கும் பெற்றிருக்காத பேற்றினைப் பெற்றதுபோல் கிறங்கின. வெயிலின் கொடூரமோ உடம்பு அழுந்திக் கிடந்த தரையின் சொரசொரப்போ தெரியவேயில்லை. இரவெல்லாம் கடைக்கும் உள்ளுக்கும் நடந்த கால்களில் சலிப்பு அறவே போய்விட்டது. பாட்டில்களின் கனம் கூடி சுமை அழுத்திய கம்பிப்பெட்டியின் வடுக்கள் தோள்களில் உறுத்தவேயில்லை. தூக்கத்திற்காய் ஏங்கிக் கெஞ்சும் விழிகள் தங்களை முழுக்க வேறெதற்கோ ஒப்புவித்து மறந்து கிடந்தன. வசவுகளும் திட்டுக்களும் அடைத்துக் கிடந்த காதறைகள் ஒரு பூப் போலத் திறந்துகொண்டன.

மூக்கின்மேல் சிலிர்ப்பின் அடிகள் பதியப் பதியக் கண்களில் விழிப்புக் கூடியது. எரிந்த கண்களை இளக்கி மெல்லப் பிரித்தான். பூளையின் பிசுபிசுப்பைப் பிய்த்துக்கொண்டு பார்க்கையில் அதன் சிரிப்பு மட்டும் தெரிந்தது. குழந்தை. பூங்குழந்தை. பீடாக் கடைக்காரரின் குழந்தை. சத்தியின் இமைகள் திறக்கத் திறக்கச் சிரிப்புக் கூடியது. பற்களற்ற உதடுகள் விரிந்து முகம் முழுக்கச் சிரிப்புப் பரவியோடியிருந்தது. அந்தக் கணத்தில் உலகம் முழுக்கச் சிரிப்பு மயமாகத் தோன்றியது. இவன் நன்றாக விழித்ததும் கைகளைத் தட்டிக்கொண்டு அர்த்தமற்ற குழறலை அதிகப்படுத்தியது. மீண்டும் கைகளை விரித்து மூக்கில் அடித்தது. மழைத்துளியின் சிதறலொன்று தெறித்துத் தன்மீது விழுவது போல உணர்ந்தான்.

குழந்தைக்கு ஆதரவாய்த் தானும் சிரித்தான். உதடுகளின் மீதும் அடி விழுந்தது. கறுத்த அதன் உடலின் தோற்றம் வசீகரமாயிருந்தது. கழுத்தில் அழுந்திக் கிடந்த கறுப்புக் கயிற்றை இழுத்து வாயில் கடித்துக்கொண்டு எழச் சொல்லிக் கைகளால் அழைத்தது. படுத்தபடியே நீட்டிப் பிடிக்குள் அதனைக் கொண்டுவந்து மார்பில் சாய்த்தான். இறுக்கிய பிடியிலிருந்து விடுபடத் திமிறி முரண்டியது. கன்னத்தில் உதடுகளை அழுந்தப் பதித்தான். அதன் மென்மை இன்னும் இறுக்கத் தூண்டியது. கன்னம், உதடுகள், நெற்றி எங்கெங்கும் வெறியோடு முத்தமிட்டான்.

குழந்தை அவஸ்தை தாளாமல் திமிறிக் கத்தியது. சிரிப்பின் சாயை படர்ந்திருந்த முகம் ஒரு நொடியில் அழுகிய மாம்பழமாய்க் கசங்கியது. சட்டென்று விட்டான். விட்டதும் அருகில் ஒருகாலை நீட்டி ஒருகாலை மடக்கி உட்கார்ந்துகொண்டு சிரித்தது. அதற்குள்

சந்தோஷமாய் மாறிவிட்ட அதன் முகம் ஆச்சரியமூட்டியது. கைகளை நீட்டினான். தட்டித் தவிர்த்தது. 'த்தா த்தா' என்றது. இருக்குமிடம் தெரியாமல் ஒட்டிக் கிடந்த பாக்கெட்டை நோக்கி விரல்களை நீட்டியது.

பாக்கெட்டின் முனையில் சிகரெட் அட்டை ஒன்று நீட்டிக் கொண்டிருந்தது. உருவிக் குழந்தையிடம் கொடுத்தான்.

பிரயாசையுடன் விரல்களால் அதனை இறுகப் பற்றிக்கொண்டது. லேசாக விரித்ததும் முட்டி போல் இருந்த வயிற்றின் மேல் பட்டுக் கீழே விழுந்தது. 'ங்கிர் ங்கிர்' என்ற சத்தத்தோடு கால்களை அகட்டி உட்கார்ந்துகொண்டு அதனை எடுக்க இரண்டு கைகளையும் விரித்துக் கீழே கொண்டுபோனது. கை பட்டு நகர, குழந்தையும் நகர, கடைசியில் ஒருவழியாய் எட்டிப் பிடித்தது. திரும்பவும் கீழே போட்டு எடுக்கப் போனது. சிகரெட் அட்டைக்குள் அதன் உலகம் சுருங்கிவிட்டது. சத்திவேலை மறந்துபோயிற்று. அதன் இடுப்பில் விரல் வைத்துக் 'கிச்சக்கிச்ச' என்றான். குலுங்கிச் சிரித்தது. வாயிலிருந்து சலவாய் தேன்தாரை போல உருகிக் கொட்டியது.

தூக்கித் தன் வயிற்றின் மேல் உட்கார வைத்துக்கொண்டான். கால்களை மடக்கி அது சாய்ந்துகொள்வதற்கு வசதியாக்கினான். வெளுத்த புள்ளிகளற்ற அதன் கண்கள் இவனைப் பார்த்து நகைத்தன.

கைகளைப் பிடித்துக்கொண்டு 'தூரி தூரி' என்றான். என்னவென்று புரியாமல் சந்தோசத்தில் சிரித்தது. தன் கண்கள் இரண்டையும் கைகளால் பொத்திக்கொண்டான். உடனே குழந்தை தன் பிஞ்சு விரல்களால் இவன் கைகளை அகற்ற முயன்றது. திடீரென்று கைகளைப் பிரித்துவிட்டுத் 'தூய்' என்றதும் அடக்க இயலாமல் நீண்டு சிரித்தது.

"எங் கன்னுக்குட்டி ... செல்லம்" என்று கன்னத்தைத் தட்டிக் கிள்ளினான். வயிற்றைப் புவ்வாத்தடிப்பது போல அமுக்கி அமுக்கிப் 'பூத்' என்றான். அதற்குச் சிரிப்புத் தாளவில்லை. விட்டு விட்டுச் சிரித்தது. கைகளைப் பிடித்து விலக்கித் தள்ளியது. குலுங்கலில் பாக்கெட்டிலிருந்து வெளியே வந்துவிட்ட சிகரெட்டை எடுத்தது.

"குடுரா கண்ணு."

அதனிடம் கைகளை நீட்டினான். குத்தாகப் பிடித்து நசுக்கியது. வெள்ளைக் காகிதம் கசங்கித் துகள்கள் உதிர்ந்தன. குழந்தையோடு சேர்ந்து அவனும் சிரித்தான். கண்களில் நீர் முட்டியது. துகள் முழுக்கக் கொட்டியதும் குழந்தை கைகளை விரித்து இவ்வளவு நேரம் தன் கைகளுக்கிடையில் சிக்கியிருந்த பொருள் எங்கே என்பது போலக் குனிந்து பார்த்தது. வெயிலில் சுருண்ட புழுக்களைப் போல துகள்கள் இவன் வயிற்றின் மேல் உதிர்ந்து கிடந்தன. அதை எடுக்கக் கைகளை நீட்டியது. முன் போல முழுப் பொருளாய் இல்லாமல்

துகளை எடுக்கச் சிரமமாயிருந்து. கையில் பட்ட துளி அதற்குப் போதவில்லை.

குழந்தை தனக்குள் ஆழ்ந்து போனது. இவனைப் பற்றிய கவனம் இல்லாமல் துகள் செதில்களைப் பொறுக்கவே முனைந்திருந்தது. அதன் தீவிரத்தைக் கலைக்க விரும்பாமல் பார்த்துக்கொண்டிருந்தான். சில துகள்களை எடுத்து நீட்டியதும் அதன் முகத்தில் வெட்கச் சாயை படர்ந்து கனிந்தது.

“ஏன்டா கண்ணு . . . குட்டீ . . .” என்று தலையைத் தூக்கி முத்தம் கொடுத்தான். சிகரெட் வாசனை பட்டு அதன் முகம் கோணியது. சிணுங்கிக்கொண்டு கீழே நகர்ந்தது.

“குட்டீல்லொ . . . கோபமா . . . வாடா ராசா . . .”

கைகளை நீட்டிக்கொண்டு போனான். எழுந்து வெயிலுக்கு ஓடியது. வெயிலில் அதன் கறுப்பு மினுமினுத்தது. இவன் எழுந்து ‘கண்ணு . . . டேய் . . .’ என்றான். இவன் எழுவதைப் பார்த்ததும் இன்னும் வேகமாய் ஓடியது. மல் நாற்றம் அடிக்கும் பகுதியை நோக்கி ஓட இவன் அதன் முன்பக்கம் ஓடி மடக்குவது போலப் பாவனை செய்தான். உடனே திசையை மாற்றிக்கொண்டு தியேட்டர் வராண்டாவை நோக்கிப் போனது.

மண்தரைக்கும் வராண்டா காரைக்கும் இருந்த உயர இடைவெளியில் ஏறச் சக்தியற்றுத் தடுமாறியது. பின் உடல் முழுவதையும் அதன் மேல் சாய்த்துக்கொண்டு கைகளை ஊன்றி ஏறி நின்றது. இவனை வெற்றிப் புன்னகை மிளிரத் திரும்பிப் பார்த்தது.

“புடி புடி . . . குட்டியப் புடி . . .”

தாவிப் பிடிப்பது போலப் பாவனை செய்தான். களுக்கென்று சிரித்துக் கண்களைச் சுருக்கிக் கொண்டு திரும்பி ஓடியது. கதவுக்கு முன் படிகளைக் கைகளால் பற்றி ஏறி உள்ளே ஓடியது. பின்னால் நடந்துபோய் உள்ளே நின்றான். உள்ளே குருவிகள்தாம் பறந்து கொண்டிருந்தன. வெற்று நாற்காலிகளும் பெஞ்சுகளும் ஆசுவாசமாய் மூச்சு விட்டபடியிருந்தன. அகலத் திறந்தபடி எதையோ விழுங்கக் காத்திருக்கும் வாயைப் போலத் தெரிந்தது.

குழந்தை ச்சேருக்குப் பின்னால் நின்றுகொண்டது. அதனைப் பார்க்காதது போலவும் வேறு பக்கங்களில் தேடுவது போலவும் கண்களைச் சுழற்றினான். இவன் அலைச்சலைப் பார்க்க அது மறுபடியும் சிரித்தது. சிரிப்பு வந்த திசை பார்த்து ‘ம் . . . இங்க இருக்கறயா . . . மாட்டிக்கிட்டயா . . .’ என்று கண்களை உருட்டி விழித்துக்கொண்டு பிடிப்பவன் போலக் கைகளை விரித்துக்கொண்டு குனிந்தபடி அதனை நோக்கி நகர்ந்தான்.

தடுமாறித் தடுமாறி உள்ளே ஓடியது. பின்னால் மெதுவாக ஓடினான். அதன் சிரிப்புச் சத்தம் சுவர்களில் மோதி எதிரொலித்துத் திரும்பியது. லுங்கியை மடித்துக்கொண்டு ஒரு கையால் பிடித்தபடி ஓடினான். வலை ஒன்றைக் கைகளில் வைத்தபடி அலைவது போலிருந்தது.

பெஞ்சுகளுக்குள் ஓடி எச்சில் துப்பும் தொட்டியில் மோதி விழப்போகையில் தாவிப் பிடித்தான். ஒரு எலிக்குஞ்சைப் போலச் சுருண்டுகொண்டது. இரண்டு கைகளிலும் ஏந்திக்கொண்டு முழு உடலையும் சுருட்டி மடக்கினான். அது அளவற்ற சந்தோசத்தால் எகிறி எகிறிச் சிரித்தது. அதைச் சிரிக்க வைப்பதே தன் கடன் போல என்னென்னவோ செய்தான். லுங்கி தடுக்கியது. ஒருகையால் உருவிச் செருகிக்கொண்டு வெளியே வந்தான்.

கைகளில் இருந்து எகிறிக் கீழே இறங்கிவிட எத்தனித்தது. அதன் எத்தனிப்பைப் பொருட்படுத்தாமல் தலைக்குமேல் தூக்கி நிறுத்தினான். மயிரை இரண்டு கைகளிலும் இலந்தைமுள் போலச் சொப்பிக்கொண்டு சிரித்தது. இழுத்தான். அது மயிரை விடுவதாயில்லை. ஒருகையால் அதன் உடலைப் பிடித்துக்கொண்டு மறுகையால் மயிரை விடுவித்தான்.

தூக்கி மேலே போட்டுப் பிடித்தான். அது முதலில் பயந்தாலும் கைகளுக்குள் வந்ததும் கெக்கலியிட்டுச் சிரித்தது. மீண்டும் தூக்கிப் போட்டான். தலைக்கும் மேலே ... அதற்கும் மேலே ... ஒவ்வொருமுறை கைக்கு வரும்போதும் அதன் சிரிப்பு அபரிமிதமானது... சத்தம் வராமல் மூச்சு விடவும் இடைவெளி இல்லாமல் சிரிசிரி என்று சிரித்தது. அதன் உற்சாகத்தில் கரைந்தான். தன் சக்தி முழுவதையும் திரட்டிப் பந்து போல மேலே மேலே போட்டுப் பிடித்தான்.

வெயில் கண்களைக் கூச அதன் உடல் கரிய சோற்று உருண்டை போல உயரத்தில் தெரிந்தது. சிரித்துச் சிரித்து இவனுக்கும் கண்களில் நீர் முட்டியது. வயிற்று நரம்புகள் சுருண்டு வலித்தன. குழந்தை இன்னும் இன்னுமென்று கைகளை அடித்து அடித்து அவனைத் தூண்டியது.

"அடேய் ... தாயோலி ... எச்சக்கலயா ..."

என்கிற குரல் கேட்காமல் குழந்தையைத் திரும்ப மேலே போட்டான். லாவிக் குழந்தையைப் பிடித்தன வேறு கைகள். அத்தனை சந்தோசமும் வற்றிவிட்ட அதிர்ச்சியோடு பார்த்தான். குழந்தை முரண்டித் திமிறியது. கையை நீட்டிக்கொண்டு கதறியது. பீடாக் கடைக்காரருக்கு மீசை முடிகள் துடித்தன.

"பொறுக்கி நாயி ... இது கொழந்தயா ... கல்லா ..."

பற்களைக் கடித்துக்கொண்டு பொடனியில் ஒரு அறை விட்டார். தலை திரும்பி மறுபடி நிலைக்கு வந்தது. குழந்தையைத் தோளில்

சார்த்திக்கொண்டு திட்டியபடியே போனார். தோள்களில் இருக்க இயலாமல் எம்பி இவனை நோக்கிக் கைகளை நீட்டிக்கொண்டு அழுதது. அவர் மேல் குத்தித் துடித்தது. அதே இடத்தில் சக்தி அத்தனையும் உறிஞ்சப்பட்டவன் போல் உட்கார்ந்தான்.

■

14

இரண்டாவது ஆட்டம் இடைவேளை முடிந்ததும் படிக்கடியில் கூட்டம் கூடும். தியேட்டருக்குப் பக்கத்திலேயே பீடாக்காரர் குடியிருந்தார். கடையைப் பூட்டியதும் கிளம்பிவிடுவார். டீக்கடைக் காரருக்கு மொங்கூர். வண்டி வைத்திருக்கிறார். இடைவேளை முடிந்ததும் போய்விட்டு மறுநாள் மேட்னிக்குத்தான் வருவார். சோடாக்காரர் பெரும் பாலும் இங்கேயே படுத்துவிடுவார். கட்டிலை எடுத்துப் படிக்கடியில் போட்டுவிட்டால் படம் விடுகிற வரை பையன்களோடு அரட்டை. படம் முடிந்து நடேசன் சைக்கிள் எடுத்து விட்டு வரும்வரை விழித்துக் கொண்டிருந்து விட்டுத்தான் தூங்குவார்.

மணி, கணேசன் எல்லாருக்கும் அவர்தான் ஆலோசனை சொல்கிறவர். சத்திவேல், தூள் திணித்த சிகரெட்டைப் புகைத்து அண்ணாந்தபடி கேட்டுக் கொண்டு கிடப்பான். நடேசன் 'மாத்திரை' என்றால் இவன் 'கஞ்சா'வாகிவிட்டான். இரவில் கஞ்சா மயக்கம்தான் வயிற்றை நிறைத்துத் தூக்கம் கொண்டு வரும். படம்போட்ட ஓரிரு நாட்களுக்குப் பின் மூன்று வேளையும் சாப்பிடுகிற வளமை போய்விடும். அதற்கப்புறம் படம் மாற்றுகிறவரை சோடாக்கார ரிடம் கெஞ்சித்தான் ஆக வேண்டும். மானத்தை வாங்க வருகிற அப்பனையும் விரல்களை மடித்துக் காட்டிக்கொண்டு சிரிக்கிற பூதனையும் நினைக்கையில் கூடுதலாக இன்னொரு தூள் சிகரெட் தேவைப்படுகிறது. மதமதப்பு கொஞ்ச நேரத்தில் போய்விடுகிறது. மூளைக்குத் தொடர்ச்சியாகச் சுறுசுறுப்பு வேண்டி

யிருக்கிறது. கடுந்தரையையும் பஞ்சுபோல் மாற்றுகிற தூள். மணிக்கு ஒருமுறையாவது ஊத வேண்டும். சமயத்தில் சோடாக்காரர் வீட்டிற்குப் போய் ஆடுகளின் பின்னால் அலையலாமா என்ற எண்ணம் தோன்றுகிறது. படத்துக்காரன் வந்து விடுகிற நாட்களில் தீவிரமாகிறது.

இரண்டாம் ஆட்டம் இடைவேளை முடிந்துவிட்டால் போதும். இவன் வரவை எதிர்பார்த்துக்கொண்டு சிகரெட்டைப் பற்றியபடி படியோரம் வந்து நிற்கிறான். எங்காவது தப்பித்துப் பிழைத்து மூலைகளில் சுருண்டுவிட்டால் அவ்வளவுதான். தன்னையே முழுக்கவும் மறந்து வெறி கொண்டவன் போலத் தியேட்டரையே சுற்றிச் சுற்றி வருகிறான். இரண்டு பாதங்களையும் பற்றிக்கொண்டு நாய் போலக் கதறுகிறான். அத்தனையும் நடிப்பு என்பது பட்டாலும் அவன் கெஞ்சலில் உதறி எறியவே முடியாத அட்டையின் வலு பற்றிக்கொள் கிறது. சில சிகரெட்டுகள் கொடுக்கிறான். பணமும் தருவான்.

சோடாக்காரர் குரல் கலைக்கிறது.

"ஏன்டா மணி . . . உங்க மொதலாளி என்னடா சொல்றான் . . . காசு கீது தர்றானா?"

அவர் கட்டில் குழியில் உட்கார்ந்துகொண்டிருந்தார். பாதி உடம்பு குழிக்குள்ளும் பாதி வெளியிலுமாக இருந்தது. அவர் காலடிக்குக் கொஞ்சம் தள்ளி மணி உட்கார்ந்திருந்தான்.

"இல்ல மொதலாளி . . . இன்னிக்கிக்கூடப் பாருங்க, பத்தொம்பது ருவாக்கிச் சரக்குப் போட்டாரு. சீட்டுல பாத்தா இரவத்திரண்டுனு எழுதியிருக்குது. கேட்டா அவ்வளவுக்குத்தான்டா போட்டதுங் கறாரு."

தலை அசைந்துகொண்டிருந்தது. பீடி ஒன்றைப் பற்ற வைத்துக் கொண்டு குசுகுசுப்பாய் மெல்லச் சொன்னார்.

"அவன் கஞ்சப் பிசினாறிடா . . . அதுக்கு இப்பிடியா பண்றது? இதா நானுந்தான் இருக்கறன் . . . பசங்களக் கேட்டுப் பாரு. கடனே எவ்வளவு குடுத்திருக்கறன்னு. அதும் பூதனுக்குன்னா குடுத்தே கட்டாது . . . என்ன பண்றது? நம்மள நம்பி இருக்கறாங்க . . . நாளைக்கு நல்ல படம் ஒன்னு போட்டாக் கழிச்சுக்கிட்டாப் போவுது . . . இதா, இந்தத் தாயோலி சத்தி . . . வர்றப்ப ஒன்னுந் தெரியாத கெடந்தான் . . . இன்னக்கி இவம் போடற போடு பாரேன். கஞ்சாப் பொவ இல்லாத முடிய மாட்டீங்குது."

சிகரெட்டின் விரல் சுடும் நுனியைச் சுவரில் அழுத்திக் கொன்றுவிட்டு இதழ்க்கடையில் விரிந்த சிரிப்போடு சத்திவேல் கேட்டான்.

"எங்காசத்தான மொதலாளி தர்றீங்க . . . எச்சாக் கேட்டா எங்க தர்றீங்க?"

“கேப்பீடா கேப்ப ... சோத்துக்கில்லாத பொச்சுக் காஞ்சு வர்றப்ப இதச் சொல்லு.”

“நல்ல படம் போட்டாக் குடுத்தர்றன் மொதலாளி.”

“ஆமா ... அந்த முண்டத் தாயோலி நல்ல படம் கொண்டாந்து போடறானா ... ரெயின்போ கொட்டாயி தொடங்கீட்டா அவ்வளவு தான் ... இதுக்குக் கூட்டமேது ஒன்னேது. இப்பவே அந்தப் பீத்தக் கொட்டாயிக்கி எவன்டா போவாங்கறாங்க ...”

எரிச்சலும் கோபமும் தொனிக்கிற தொண்டையோடு காறித் துப்பினார்.

“இந்த வெருசத்தோட கடைய உட்டர்றன் நான். இங்க வந்து ராப்பகலா உக்காந்துக்கிட்டுக் கெடந்தாத்தான் நாலு காசு. அதுக்கு நல்ல படமாப் போட்டாத்தான ...”

“தலைவர் படமெல்லாம் போடறாங்கதான மொதலாளி.”

“ஆடிக்கொருக்கா அம்மாசைக்கொருக்கா ஒருபடம் போட்டாப் போதுமாடா? அந்தக் கெழவனுக்கு எங்கருந்துதான் படம் கெடைக்குமோ தெரீல ... மொதல்ல ஒருக்கா அஞ்சாறு படம் ரண்டாயிரத்துக்குப் பேசி எடுத்தாந்துட்டான். என்ன படம்னா கெழடுக்குத் தெரீது. அடேங்கப்பா ஆறு படம் ரண்டாயரமான்னு வாயப் பொளந்துகிட்டுக் கொண்டாந்துட்டான் ... போட்டா ஒரு படம் ரண்டு நாளைக்குக்கூட ஓடுல.”

“அப்பிடி என்ன படம் மொதலாளி?”

“மங்கம்மா சபதம்னு ஒரு படம் ... அந்தக் காலத்துது. ரஞ்சன் டபுள் ஆக்ட்டு. அப்பறம் ஹரிதாஸ்னு பாகவதர் நடிச்ச படம். அதெல்லாம் இப்பத்த சனங்களுக்குப் புடிக்குமா? டிஆர் மகாலிங்கம் நடிச்சது ஸ்ரீவள்ளினு ... நல்ல படம். அதுல வள்ளி குமாரி ருக்மணி. இப்பத்த நடிக லட்சுமியில்ல ... அவளோட அம்மா. ரதியாட்டம் இருப்பா ... இருந்து என்ன பண்றது? படம் போட்டு ரண்டு நாள்ல காத்து வாங்குது கொட்டாயி ...”

“அதுலெல்லாம் ஒரே பாட்டா இருக்கும்.”

“ஆமா ... பாட்டுத்தான். சபாபதின்னு டிஆர் ராமச்சந்திரன் கதாநாயகனா நடிச்ச படமும் அதுல ஒன்னு. அது என்னாச்சு தெரீமா ... மொத நாளே காத்து வாங்குச்சு. ரண்டாவது நாளு செகன்ட் ஷோவுக்கு ஒரு பத்துப் பேருதான்டா இருப்பாங்க. அதும் இந்த அரவூருக்காரனுங்க. கொசுக்கடியில தூங்க முடியாத ... ஒரு ருவா கொடுத்தா மூனு மணி நேரம் இங்க தூங்கலாமேன்னு வந்தவங்க ... அவன் அவன் கால விரிச்சுக்கிட்டுத் தூங்கறான் ...”

“பத்துப் பேருக்குப் படம் ஓட்டாட்டி என்ன ... நிறுத்தீர லாமுல்லொ ...”

"படம் ஓடுலீன்னாக் கொட்டாயி பேரு கெட்டுப் போயராது. எல்லாருந் தூங்கறாங்க ... ஒரே ஒருத்தன் மட்டும் கொட்டக் கொட்ட முழிச்சுக்கிட்டுப் பாக்கறான். .. மேனேஜர் பாத்தான். அந்த ஒருத்தனயுங் கூட்டியாந்து ஆபிஸ் ரூமுக்குள்ள உக்கோர வெச்சுட்டு, தூங்கனவங்க எல்லாருத்தயும் எழுப்பிப் படம் முடிஞ்சு போச்சு படம் முடிஞ்சு போச்சுனு வெளில ஓட்டியாச்சு."

சொல்லச் சொல்ல அவருக்கும் சிரிப்பை அடக்க முடியவில்லை. சத்திவேல் எழுந்து வயிற்றைப் பிடித்துக்கொண்டு சிரித்தான். கண்களில் கண்ணீர் ததும்பியது. மேலும் கீழும் மூச்சு வாங்கத் திரும்பவும் சுவரோடு சாய்ந்து உட்கார்ந்தான். சத்தற்றவன் போலக் கால்களைப் பரப்பினான். ஒடிந்து தனியே விழுந்துவிட்ட மாதிரி கைகளை விரித்தான். கண்களை மூடிக்கொண்டு சிரித்தான். நினைக்க நினைக்க விட்டு விட்டுச் சிரிப்பு வந்தது. கட்டில் கால்களைப் பிடித்துக்கொண்டு 'போதுண்டா சத்தி' என்றான் மணி. அவனாலும் முழுக்கவும் அடக்கிவிட முடியவில்லை.

கணேசன் உள்ளே இருந்து ஓடிவந்தான். சத்தியைப் பார்த்ததும் 'டேய் சத்தி ... இங்க வாடா' என்றான்.

"இங்க வாடா ... கணேசா ... வந்து சொல்லு."

"என்னொ ... எதாச்சும் கெராக்கியா?"

"நீங்க வேற ... இல்ல மொதலாளி ... உள்ள பெஞ்சுல ஒருத்தன் செருப்பக் கீழ உட்டுட்டுத் தூங்கறான். பாத்தாப் புதுச் செருப்பாட்டந் தெரீது."

சத்திவேல் எழுந்து உட்கார்ந்தான்.

"எங்கடா ..."

"பெஞ்சுல. தரப் பக்கம் இருந்து மூனாவுது பெஞ்சுல. ஓரத்துலயே ..."

"ஏன்டா கணேசா ... இத்தன வாய் பேசற, உங்க மொதலாளிய ஒதைக்கறங்கற ... செருப்பத் தொட்டுக்கிட்டு வர முடியிலியா உனக்கு?"

"எனக்குக் கொஞ்சம் ஒதறுது ... சத்தீன்னாப் பழக்கம். நடேசன் இருந்தாக் கூப்டலாம். அவன் வெளில தூங்கறானாட்டம் இருக்குது."

"எங்கடா காட்றா ..."

சத்திவேல் சின்னக் காடையைப் போலக் கால்களைத் தத்திக் கொண்டு நடந்தான். கணேசன் முன்னால் போக ச்சேர் பக்கம் போய்க் காலியாகக் கிடந்த ச்சேரில் உட்கார்ந்துகொண்டான் மணி.

கணேசனும் சத்தியும் பெஞ்சுக்குப் போனார்கள். பெஞ்சில் அவன் குப்புறப் படுத்துக் கிடப்பது தெரிந்தது. உள்ளே கூட்டம் ரொம்பவும் குறைவாகத்தான் இருந்தது. பெண்கள் பக்கம் அறுதியாகக்

கூட்டமே இல்லை. ச்சேரில் கொஞ்சம் தலைகள் இருந்தன. பெஞ்சில் அங்கங்கே திக்காலுக்கொருவராய்த்தான் உட்கார்ந்திருந்தார்கள். பெஞ்சோரத்தில் படுத்திருந்தான் அவன். கால்கள் வெளி நோக்கியும் தலை உள்நோக்கியும் இருந்தன. கால்மாட்டில் ஓராள் உட்கார்கிற அளவுக்கு மட்டும் இடம் இருந்தது. சட்டென்று அதில் உட்கார்ந்து கொண்டான் சத்திவேல். கணேசன் எதையோ தேடுகிற பாவனையில் முன்பக்கம் போய் வெளியே வந்துவிட்டான்.

திரையில் சோகப்பாட்டு ஓடிக்கொண்டிருந்தது. சுடுகாட்டுக்குள் கைகளை விரித்து வானம் பார்த்து சிவாஜி அழுதுகொண்டிருந்தார். பெஞ்சுக்கடியில் பார்வையை விட்டான். கூட்டம் சோகத்தின் முடிச்சுகளில் இறுகிக் கிடந்தது. தலைமாட்டுப் பக்கம்தான் செருப்புகள் இளைப்பாறிக்கொண்டிருந்தன. யாரும் கவனிக்கிறார்களா என்று பார்த்தான். உட்கார்ந்தவாக்கில் காலை உள்ளே நீட்டினான். வெளிச்சத்திற்குள் விழுந்துவிட்ட பாச்சை போலக் கால் பரபரத்து ஓடியது. அவன் ஆள் நல்ல உயரமாக இருக்க வேண்டும். கால் எட்டவில்லை. திரும்பவும் இழுத்துக்கொண்டான். தலைமாட்டுப் பக்கம் வேறொருத்தன் உட்கார்ந்திருந்தான். அவன் முழுக்கவும் படத்திற்குள்ளிருந்தான்.

ஒருநிமிச நேரம் பேசாமல் உட்கார்ந்து படம் பார்த்தான் சத்திவேல். தூங்கியவன் அசைந்தான். வேட்டியின் நுனி விலகத் திரும்பி மல்லாந்தான். அவன் கால்கள் மேலே படுகிற தோரணையில் உடம்பை வெளி அசைத்து எழுந்தான் சத்திவேல். பின்பக்கப் பெஞ்சுக்குப் போய் அவன் தலைமாட்டுக்கு நேராக உட்கார்ந்து கொண்டான். படத்தில் இன்னும் பாட்டுத்தான் போய்க்கொண்டிருந்தது. இந்தப் பெஞ்சின் மறுமுனையில் இரண்டுபேர் தெரிந்தார்கள். சாய்ந்து உட்கார்ந்துகொண்டு அசைந்தவன் மறுபடியும் தூக்கத்திற்குள் ஆழ்வதற்கு அவகாசம் கொடுத்துக் காத்திருந்தான்.

சிவாஜியின் அழுகை முகம் திரை முழுவதும் ஆக்கிரமிக்கப் 'படைத்தானே ... படைத்தானே ...' என்கிற குரல் எங்கோ தொலைவில் கிணற்றுக்குள்ளிருந்து வருவது போலக் கேட்டது. எதிரில் சீரான மூச்சு. இலேசான குறட்டை. அடியில் கால் வேகமாய் ஊர்ந்தது. செருப்பில் பட்டு அதிர்ந்தது. செருப்பின் வாரைப் பெருவிரலும் அடுத்த விரலும் கொடுக்கைப் போலக் கவ்வி இழுத்தன. உட்கார்ந்திருந்த அசைவு மாறாமல் கால் வேலை செய்தது. ஒருசெருப்பு பக்கத்தில் வந்ததும் கொஞ்சம் நிதானித்தது கால். அடுத்த வளைவுக்கு நேரம் கொடுத்துப் பரபரப்பானது. திரையில் காட்சிகள் மாறிக்கொண்டிருந்தன. மறுமுறையும் தடம் மாறாமல் செருப்பை இழுத்து வந்தது கால். கால்களில் தொட்டுக்கொண்டு சட்டென்று எழுந்து ஒன்னுக் கிருப்பவன் போல வெளியே போனான். என்றாலும் ஒருவரும் கவனித்த பாவனை தெரியவில்லை. உண்மையாகவே தண்ணீர்த் தொட்டிக்கு நேராகப் போய் உட்கார்ந்து ஒன்னுக்கிருந்தான். மணியும்

எழுந்து வெளியே வந்து சோம்பல் முறித்தபடி நின்றுகொண்டிருந்தான். சாவகாசமாக நடந்தான் சத்தி.

செருப்பைத் தொட்டுக்கொண்டு நடப்பது சின்னப் பாறையைக் கால்களில் மாட்டிக்கொண்ட மாதிரி இருந்தது. நீளம் அதிகமாகத் தடக்தடக்கென்று அடித்தது. இன்னும் கொஞ்ச தூரம் நடந்தால் பழக்கமாகிவிடலாம். அப்படியே வெளியே போய்விட வேண்டும். நடேசனிடம் போனால் எங்காவது ஒளித்துவிடலாம். நாளைக்கு விற்கலாம். இல்லை, தொட்டுக் கொள்ளலாம். செருப்பு நூறு ரூபாய் இருக்கும். கால்கள் மயமயத்தன. பின்னால் ஒருமுறை திரும்பிப் பார்த்தான். ஒருவரும் காணோம். திறந்திருந்த கதவுகளின் சந்தில் படபிம்பங்கள் செவ்வகமாய்த் தெரிந்தன.

சோடாக்காரருக்கு இருபக்கமும் பூதகணங்கள் மாதிரி மணியும் கணேசனும் நின்றிருந்தனர். 'சத்தி சத்தி . . . எங்க காட்றா . . .' கணேசன் சத்தியின் காலில் விழுந்து பிடுங்கிவிடுபவன் போலக் கைகளை நீட்டிக்கொண்டு வந்தான்.

"பேசாத இர்ரா . . . வந்தரப் போறான்."

சோடாக்காரர் இவன் கால்களைக் கவனித்துவிட்டுக் குழிக்குள் இருந்து அவசரமாய் எழுந்து அன்ட்ராயருக்குள் கை நுழைத்துச் சாவியை எடுத்தார். 'இங்க கொண்டாடா' என்று சத்திவேலின் கையைப் பிடித்து இழுத்துக்கொண்டு கடைக்குப் போனார். திறந்து செருப்பை வாங்கி அவசர அவசரமாக உள்ளே போட்டுப் பூட்டினார். பூட்டியவர் திரும்பவும் திறந்து வீசிய செருப்புகளை எடுத்துக் கிரேடுகளின் சந்தில் ஒளித்து வைத்தார். விளக்கைப் போடாமலே திணித்துவிட்டு வேகத்தில் கதவைப் பூட்டினார். வந்து முன்போலக் கட்டில் குழிக்குள் உட்கார்ந்துகொண்டார். சத்திவேல் நீட்டிப் படுத்துவிட்டான். மணியும் கணேசனும் கட்டிலுக்கு அந்தப் பக்கம் உட்கார்ந்து பீடியைப் பற்ற வைத்தார்கள்.

சோடாக்காரர் கட்டுப் பீடியில் ஒன்றை உருவிச் சத்திவேலிடம் நீட்டிவிட்டுத் தானும் ஒன்றைப் பற்றவைத்துக்கொண்டார். பீடிக் கங்கின் ஒளி தவிரச் சத்தம் எதுவுமில்லை. பீடியைத் தரையில் ஊன்றி நசுக்கிவிட்டுத் தண்ணீர்த் தொட்டிப் பக்கம் போக எழுந்த கணேசன் திரும்பிச் சொன்னான்.

"அந்தாளு வர்றான்."

சத்திவேல் இன்னொரு பீடித்துண்டைப் பற்றவைத்துக்கொண்டான். கணேசன் போகாமல் கட்டில் அருகே உட்கார்ந்தான்.

"என்னடா கணேசா . . . உங்க மொதலாளி உனக்காச்சும் ஒழுங்காக் காசு குடுக்கறானா?"

"இல்லையே . . . கூட்டம் இருக்கற நாளுக்காச்சும் நாலு காசப் பாக்கலாமுன்னா முடியில . . . பொய்க்கணக்கு, ஏமாந்து உட்ருப்ப

அப்டீங்கறாரு. இருக்கட்டும் . . . ஒருநாளைக்கி வட்டியும் மொதலுமா எடுத்தர்றன் . . .”

பின்பக்கம் திரும்பி அவன் வருகிறானா என்று பார்த்துக்கொண்டே பேசினான். வேட்டியை மடித்துக் கட்டிக்கொண்டு அவன் இவர்களை நோக்கித்தான் வந்தான். தூக்கச் சடைவில் முகம் முழுக்கவும் இருளடைந்து கிடந்தது. தலை குருவிக்கூடு போல உயர்ந்திருந்தது. இவர்களை ஒருபார்வை பார்த்துவிட்டுக் கட்டிலில் இருந்த சோடாக்காரரை நோக்கிச் சொன்னான்.

“செருப்ப உட்டுட்டுப் படுத்திருந்தன் . . . எவனோ அடிச்சிட் டாண்ணா . . .”

குரலில் பதற்றமும் ஏமாற்றமும் ஒருசேரத் தொனித்தன. எடுத்தவன் கிடைத்தால் நாலு அறை அறைந்துவிடுகிற வேகம். எதுவும் தெரியாதவன்போல் முகத்தை வைத்துக்கொண்டு, ‘எங்க’ என்றான் சத்திவேல்.

“பெஞ்சு டிக்கெட்டுலதாம் படுத்திருந்தன் . . . கண்ணு மூடி ஒரு அஞ்சு நிமிசங்கூட இருக்காது. அநியாயமாப் போயிருச்சு . . . போன வாரந்தாண்ணா எடுத்தன்.”

“அடடா . . . இந்தப் பக்கம் ஒருத்தனும் வல்லியே. இடைவேள முடிஞ்சதுல இருந்து இங்கதான நாங்க இருக்கறம். ம். பாருங்க. உள்பக்கத்துலதான் ஆராச்சும் எடுத்திருக்கோனும்.”

“எந்தத் தாயோலி எடுத்தானோ . . . அவுங்கம்மா . . .”

தடையில்லாமல் சொற்கள் புரண்டன. இருட்டின் முகத்தில் எதிரொலித்து அந்தச் சொற்கள் கூடுதலாய் நாறின. வேட்டியைத் தூக்கி அன்ட்ராயருக்குள் கைவிட்டுச் சின்னதாய் ஒரு பேட்டரி லைட்டை எடுத்தான். அதன் குட்டி வெளிச்சம் மின்மினியென விழுந்தது. உள்ளே போகத் திரும்பியவன் கொஞ்சம் போய் வந்து, ‘இங்கதாண்ணா இருப்பீங்க’ என்றான். சோடாக்காரர் ‘ம். இருப்பன் இருப்பன் . . . பாரு’ என்றார். அவன் போனதும் சத்திவேலிடம் சொன்னார்.

“பெரிய கில்லாடியா இருப்பானாட்டம் . . . ஏன்டா இவங்கிட்டயே அடிச்சிட்டயே . . . நீ பெரிய ஆள்தான்டா. அந்த வீசுகாலன் சிங்கானையே மிஞ்சீருவியாட்டம் இருக்குது.”

“அந்தப் புடுங்கிய எதுக்கு மொதலாளி இழுக்கறீங்க . . . எம் மசுருக்குக்கூட ஆவ மாட்டான்.”

சத்திவேல் பற்களைக் கடித்துக்கொண்டு துப்புகிற வார்த்தைகள் சிதறின. சிங்கானின் முகத்தில் இரண்டு குத்துகள் விட்ட ஆசுவாசத்தில் தணலாய் மூச்சு வருவது கேட்டது.

“ஏண்டா . . . அதுக்குள்ள அவங்கிட்டச் சண்ட போட்டுக்கிட்டயா?”

"அவங்கால ஒருநாளக்கி முறிக்கறம் பாரு . . . அவன் அடிச்சா முழுசா வெச்சுக்கறான் . . . எங்கிட்டைனாப் பங்கு கேக்கறான். நாதேறி நாயி . . ."

"செரி செரி . . . கத்தாதீடா. அவன் வேற உள்ள இருந்து வந்தரப் போறான் . . . கொஞ்சநேரம் சத்தம் போடாத படு."

ஆபிஸ் ரூம் பக்கம் நின்று உள்ளே பார்த்துவிட்டுக் கணேசன் சொன்னான்.

"மொதலாளி . . . அவன் இன்னம் உள்ள தேடறான் . . . பேட்டரி லைட்ட அடிச்சுக்கிட்டு ஒவ்வொரு காலாப் பாக்கறான்."

"ம் . . . ஓகோ . . . செரியான ஆள்தான். கைகாரனா இருப்பான் . . . அதான் இவ்வளவு உசாரு."

"அந்தப் பேட்டரி லைட் இருக்கறது தெரிஞ்சிருந்தா அதயும் அபேஸ் பண்ணீருக்கலாம். உள்ள வெச்சிருந்திருக்கறான் . . . அதான் தெரீல."

கொஞ்ச நேரத்தில் வெளிப்பக்கம் அரவம் கேட்டது. படிக்கடியில் இருள் சூழ்ந்திருந்தது. எட்டிப் பார்த்தான் சத்திவேல். செருப்புக் காரனும் இன்னொருவனும் கை நீட்டி நீட்டிப் பேசிக்கொண்டிருப்பது தெரிந்தது. உள்ளே திரையில் ஜமுனாவின் தெலுங்கு முகம் அழுது அழுது வீங்கிக்கொண்டிருந்தது. சோடாக்காரரிடம் சாவியை வாங்கிப் போய் கடையின் வெளிவிளக்கைப் போடாலாமாவெனத் தோன்றியது. அது பிரச்சினையாகிவிடலாம். எப்படியும் இங்குதானே வந்தாக வேண்டும்.

"ஆரையோ ஒருத்தனப் புடுச்சுட்டானாட்டம் இருக்குது."

"அடக் கருமாந்தரமே . . ."

எல்லாரும் எட்டிப் பார்த்தனர். அவர்கள் இரண்டு பேரும் பேசிக்கொள்கிற தொனி மட்டும் கேட்டது. படம் பார்த்துக்கொண்டி ருந்தவர்களின் முகச் சவங்கள் உயிர் பெற்று நாலைந்து பேர் வெளியே எட்டிப் பார்த்துவிட்டுத் திரும்பவும் சுவாரஸ்யமற்று உள்ளே போய் உட்கார்ந்தனர். செருப்புக்காரன் மற்றவன் கையைப் பிடித்து இழுத்துக்கொண்டு வந்தான். தூரத்தில் வரும்போதே சோடாக்காரரை நோக்கி முறையீட்டுக் குரல் எழுந்தது.

"அண்ணா . . . இதா பாரு . . . இந்தத் தேவ்டியாப் பையன்தான் போட்டிருக்கறான் செருப்ப . . . புடிச்சிட்டன். கேட்டா என்னோடது தான்னு சாதிக்கறான்."

"ஆருடா நீ . . . நரம்ப எடுத்திருவன். சோடாக்காரருக்கு என்னய நல்லாத் தெரீம். அண்ணா . . . புந்தூரு மந்தரன் இல்ல . . . அவுரு தம்பீன்னா நானு. அடையாளம் தெரீலீங்களா? இந்தாளு செருப்ப

உட்டுட்டு எவளயாச்சும் பாக்கப் போயிருப்பான் ... எங்கிட்ட வந்து லோலாயம் பண்றான்."

சோடாக்காரருக்குப் பேச இடைவெளியே கிடைக்கவில்லை. இன்னும் சட்டையைப் பிடிக்காத குறைதான்.

"ஆருடா லோலாய மசுரு பண்றது ... நீதான். இதேதான் எஞ் செருப்பு. பிள்ளக்காரனுக்கு பிள்ள அடையாளந் தெரியாத போயிருமா?"

"சோடாக்காரண்ணா ... நீங்க பாருங்க. நேத்துத்தான் அண்ணா செலக்கிட்ட இருக்குதே பேட்டாக்கடை ... அதுல வாங்குனம். இந்தா பில்லுகூடச் சோப்புலதாங் கெடக்குது ... பாருங்க."

பாக்கெட்டிலிருந்து அவன் பில் எடுத்து நீட்டினான். நான்கைந்து மடிப்புகளாய் இருந்த அதைப் பிரித்துக் கொடுத்தான். சோடாக்கார ருக்குப் பேச வாய்ப்பானது.

"அப்பறம் என்னய்யா ... அவன் பில்லே காட்டறான். ஆளும் நமக்குத் தெரிஞ்ச ஆளுதான். இந்த மாதிரி திருட்டுப் பெரட் டெல்லாங் கெடையாது ... உன்னோடதாட்டம் ஆயரஞ் செருப்பு இருக்குது. போய்ப் பாரு போ."

அதற்கப்புறம் அவன் வாய்க்குள் முனகியவாறே உள்ளே போய்விட்டான். காப்பாற்றப்பட்டவன் மட்டும் இன்னும் பேசினான்.

"பாருண்ணா ... நம்மளப் பத்தித் தெரியாத வாலாட்டறான். புந்தூருப் பக்கம் வர்ட்டும். கை காட்டுனாப் போதும் ... பசங்க அப்பிடியே நார் நாராக் கிழிச்சிருவாங்க."

"செரி செரி ... எதோ அவனுது தொலஞ்ச பொச்செரிப்பு. உடு ... போ ... போய்ப் படம் பாரு."

அவனைச் சமாதானப்படுத்திவிட்டுச் சிரித்தபடியே 'கண்றாவிடா' என்று சொல்லிக்கொண்டு கட்டிலில் உட்கார்ந்தார். சத்திவேல் அதற்குள் மயக்கமும் தூக்கமுமாய் ஆழ்ந்திருந்தான்.

"சத்தி ... அந்தச் செருப்பக் காத்தாலக்கி ஊட்டுக்கு எடுத்தோரன். உனக்கு வேண்ணா அஞ்சு ருவா குடுத்தர்றன் வெச்சுக்க ... ம் ..."

காது கேட்டாலும் பதில் சொல்கிற உதடுகள் அடைத்திருந்தன. பிரயாசைப்பட்டு அசைக்கப் பார்த்தான். முடியவில்லை.

15

இரண்டாவது ஆட்டம் இடைவேளை முடிந்தும் கூட எவரும் தூங்கவில்லை. படிக்கடியில் கும்பலாய் அரட்டையும் ஓங்காரமுமாய் இடைவிடாத சத்தம். இவன்களை விட்டால் அப்படியேகூடப் போய்விடு வான்கள் என்கிற பயத்தில் சைக்கிள் கொடுத்துச் சத்திவேலை மட்டும் அனுப்பிப் பரோட்டா பார்சல் கள் வாங்கிவரச் சொல்லியிருந்தார் சோடாக்காரர். சத்தங்களுக்கிடையே அடிக்கடி சத்திவேல் வருகிறானா என்றும் திரும்பிப் பார்த்துக்கொண்டிருந்தனர்.

“எங்கடா போனான் இந்த நாயி? இந்நேரத்துக்குக் கஞ்சாவுக்குக் கீது போயிட்டானோ என்னமோ...”

“வருவான்டா. நாப்பது பரோட்டான்னா காராங் கடைல இருக்கவா போவுது. போட்டுத்தான் வாங்கி யாருவான். அதும் குருமா இருக்குதா தெரீல...”

கட்டிலில் உட்கார்ந்திருந்த சோடாக்காரர் பொது வாகச் சொன்னார். பச்சைச் கலரில் அங்கி மாதிரி பெரிய காலர் வைத்திருந்த சட்டை போட்டிருந்தார். வீட்டிலிருந்து கடைக்கு வரும்போதும் இங்கிருந்து கிளம்பிப் போகும்போதும் மட்டும் போடுவார். படியை ஒட்டி ஓரத்தில் ஐந்தாறு வாடகை சைக்கிள்கள் நிறுத்தியிருந்தன. எல்லாம் கேரியர் வைத்த வண்டிகள்.

“வெறுஞ்சோறு தான ... சரக்கு எதாச்சும் ஏற்பாடு பண்ணியிருப்பாராடா?”

“அதெல்லாம் இருக்கும்டா ... இல்லாத ஆரு வருவா? சத்திக்குத் தெரியும் ... கேக்கலாம்.”

அவிழ்ந்த லுங்கியை மடித்துக் கட்ட முடியாமலும் பட்டன்கள் பிய்ந்து விரியத் திறந்திருந்த சட்டையுடனும் பார்சல் பை ஒரு பக்கம் இழுக்கத் தடுமாறியபடி சைக்கிளைத் தள்ளிக்கொண்டு உள்ளே வந்தான் சத்திவேல். அவன் கண்கள் சொக்கி நின்றன. பூதன் ஓடிச் சைக்கிளில் மாட்டியிருந்த பையைக் கழற்றி ஒரு பொட்டலத்தை எடுத்துக்கொண்டான். 'டேடே' என்று கத்தியபடி பேலன்ஸ் இல்லாமல் சைக்கிளைக் கீழே விட்டான் சத்தி.

"மெதுவாத்தான் எடேன்டா பூதா..."

வேறு சமயமாக இருந்தால் பூதனுக்கு நாலைந்து திட்டுகளும் இரண்டு அடியும்கூட விழுந்திருக்கும். சோடாக்காரர் எல்லாவற்றையும் அடக்கிக்கொண்டு மெல்லமாகவே சொன்னார். லுங்கியைக் கட்டிக்கொண்டு, சைக்கிளை ஒருபக்கமாய் நிறுத்திவிட்டு எல்லாரோடும் சத்தியும் உட்கார்ந்துகொண்டான். பொட்டலம் பிரிபட்டுப் பரோட்டா எல்லார் கைகளிலும் பிய்க்கப்பட்டுக் கொண்டிருந்தது. இவனும் ஒரு பொட்டலத்தை எடுத்துக்கொண்டான். பிரிக்கத் தொடங்குகையில் நடேசன் இல்லை என்கிற உணர்வு வந்தது. இன்னுமொரு பொட்டலத்தைக் கையிலெடுத்துக்கொண்டு சைக்கிள் ஸ்டேண்டுக்குப் போக எழுந்தான்.

"பொண்டாட்டியத் தேடிப் போறான்டோய்..."

இவன் திரும்பி ஒரு முறை முறைத்ததும் பூதன் தலையைக் குனிந்து கொண்டான். மணி சத்தியைப் பார்க்காதபடி பூதனைக் கேட்டான்.

"இவனுக்குப் பொண்டாட்டி நடேசங்கற. படத்துக்காரனுக்குப் பொண்டாட்டி இவங்கற. அப்ப இவன் ஆம்பளையா பொம்பளையாடா."

"ரண்டுங் கெட்டாந்தான்."

அவர்களின் சிரிப்பு காதில் விழாதபடி கேட்டைத் திறந்து வெளியே சென்றுவிட்டிருந்தான். வெளியே விளக்கின் வெளிச்சத்தைத் தவிர எந்தச் சத்தமும் இல்லை. ஆளரவமற்ற நிசப்தம் பயத்தை உண்டாக்கியது. தலையைக் குனிந்துகொண்டு சைக்கிள் ஸ்டேண்டுக்குப் போனான். ஒரு லைன்தான். சாய்த்து நிறுத்தப்பட்டிருந்த சைக்கிள்களின் கேரியர்களில் அழுக்கு லுங்கியை விரித்துச் சுருண்டிருந்தான். இவன் போய் நின்றது தெரியாமல் தூக்கம். மெலிந்த அவன் முகம் அமைதியாய் இருந்தது. பொட்டலங்களை ஒரு ஓரமாய் வைத்துவிட்டுக் கன்னத்தைக் கவ்விக் கிள்ளினான். அவன் 'ஸ்' என்று திரும்பிப் படுக்கப் பார்த்தான். தூக்கத்திலும் நிதானமாய்ச் சைக்கிள்களின் சீட் இருந்த பக்கம் ஒஞ்சரித்துப் படுத்தான். மறுபடி இடுப்பில் கிள்ளி 'நடேசா... டேய்' என்று உலுக்கினான்.

எழுந்து சோர்வு போகாமல் 'என்னடா' என்றான். பொட்டலத்தைப் பிரித்து அவனிடம் ஒன்றை நீட்டிவிட்டு இவனும் ஒன்றைப் பிரித்துக் கொண்டு மேலே ஏறி அமர்ந்தான். மூன்று காய்ந்த பரோட்டாக்களும் குருமாவும் கலந்து கிடந்தன.

“இந்த வர ரொட்டியத் தின்னுட்டுத்தான் போயி அடி வாங்கற தாடா?”

“இதுக்கே மூக்கால அழுவறான் சோடாக்காரன் ... இன்னங் கொஞ்சம் பிகு பண்ணாத ஊட்டுல சாராயம் காச்சி வெச்சிருக்குன் னொடன நானு நிய்யினு எல்லாம் எப்பெப்னு நிக்குதுவ. என்ன பண்றது?”

“அம்பது அம்பது பணங் குடுங்கன்னு கேட்டிருக்கோனும்.”

“ஒடனே அவுத்துப்புட்டுத்தான் வேற வேல பாப்பான் போ.”

“அவங் காரியம் ஆவோனுமின்னா... அவுத்தாத்தான் முடியும்.”

நடேசனுக்கு விக்கியது. இவன் தலையைத் தட்டினான். ‘மெதுவாத் தின்னுடா’ என்றான்.

தின்று முடித்து லுங்கியில் கையைத் துடைத்துக்கொண்டு தண்ணீர் குடிக்க உள்ளே செல்ல நினைத்துக் கீழே இறங்கியதும் படம் விடுகிற மணி அடித்தது. சைக்கிள் லைனின் முனையில் போட்டிருந்த செயினின் பூட்டைத் திறந்தான் நடேசன். சத்திவேல் உருவி எடுத்தான். சைக்கிள்களை எடுத்து விட்டவுடன் கிளம்ப வேண்டியதுதான். தள்ளுகிற கூட்டத்தின் எதிராக நீந்தி உள்ளே போனான். சாவி வாங்கிக் கடையைத் திறந்து செயினை உள்ளே போட்டுவிட்டுச் சோடாக்காரரின் சாப்பாட்டுப் பையை எடுத்து வெளியே ஸ்டேண்டின் மேல் வைத்துப் பூட்டினான்.

அதற்குள் கூட்டம் வற்றியிருந்தது. வாட்சுமேன் தாத்தா உள் கதவுகளைச் சாத்திக்கொண்டிருந்தார். ரேஸுக்குக் கிளம்புகிறவர்கள் மாதிரி சைக்கிள்களை எடுத்துக்கொண்டு வரிசையாக நின்றுவிட்டார் கள். பூதன் ஒன்று; டிக்கெட் கிழிக்கும் பெரியசாமி ஒன்று; கணேசன் ஒன்று; வத்தன் ஒன்று. இவனும் போய் ஒரு சைக்கிளை எடுத்துக் கொண்டான். இவனுக்கும் நடேசனுக்கும் சேர்த்து அது. ஒன்றொன்றுக் கும் இரண்டுபேர். சோடாக்காரரோடு பன்னிரண்டு பேர்.

“மொதலாளி ... சொல்லியிருந்தா சிங்கானக் கூட்டியாந்திருக் கலாமே ... வர்றவன் மூஞ்சியக் கிழிச்சுப்புடுவான்.”

“அவன் இந்தப் பக்கமே காணான்டா ... புதுப்படம் கீது போட்டாத் தான் வருவான். எங்கீனு போயித் தேடறது?”

சொல்லிக்கொண்டே தள்ளிச் சைக்கிளை வெளியே நிறுத்திக் கொண்டான். பூதன் தன் சைக்கிளில் மணியை ஏற வேண்டாம் என்று திட்டினான். சோடாக்காரர் சமாதானப்படுத்தினார். நடேசன் வந்ததும் சிகரெட் அட்டைப் பாஸ்களை வெளி ட்ராயரில் போட்டு விட்டுக் கிளம்பினர்.

“என்னய ஒருத்தனயும் உட்டுட்டு அல்லாரும் போறீங்களாடா ...” என்று வாட்சுமேன்தான் புலம்பினார்.

இரவின் அடர்த்தியில் இவர்களின் குரல்கள் விழுந்து அலைந்தன. தார்ச்சாலை முழுக்கவும் சைக்கிள்கள் உருண்டு விளையாடின. சந்தைப்பேட்டை மேட்டின் இறக்கத்தைத் தாண்டிப் பெட்ரோல் பங்க் பக்கம் வரும்போது மட்டும் ஒன்றிரண்டு தலைகள். சில கடைகள். அங்கே நிறுத்திப் பீடிகளும் சிகரெட்டுகளும் வாங்கிக்கொண்டனர். பின்னால் மெதுவாக வந்த சோடாக்காரரின் சைக்கிளில் இருந்து குதித்தோடி வந்தான் சண்முகன்.

"டே பெருசு ... உன்னோட சைக்கிள் மின்னால உக்காந்துக்கரன்டா நான்" என்றோடினான். அதற்குள் நினைவு வந்தவன் போலச் சத்திவேல் 'டீ குடிக்கலாம்' என்றான். சோடாக்காரரை ஓரக்கண்ணால் பார்த்தான். நிழல் அவர் முகத்துப் பக்கம் இருந்ததால் ஒன்றும் தெரியவில்லை. என்றாலும் 'இப்ப எதுக்குடா டிய்யி' என்றார்.

"போனொடன தண்ணி இருக்குதுடா ... சோடாக்காரரு ஊட்லயே காச்சுனது. அதுக்கு எதாச்சும் வாங்கறதப் பாப்பியா, அத உட்டுட்டு மொன்னக்கூதியாட்டம் டீக் கேக்கறான்."

பூதன் இவன் காதில் பற்களைக் கடித்துக்கொண்டு முணுமுணுத்தான். உடனே அதைச் சரி என்று கருதியவன் போல 'மிச்சர் வாங்கிக்கலாம் மொதலாளி' என்றான். அவர் ஒன்றும் சொல்லாமல் டீக்கடைக்குள் போய் மிச்சர் பொட்டலங்கள் வாங்கிப் பையில் போட்டுக்கொண்டார். திரும்பவும் கிளம்பினார்கள். இப்போது பெரியசாமி சைக்கிளில் சண்முகன் உட்கார்ந்துகொண்டான். சோடாக்காரர் தனியாகப் பின்தங்கி வந்தார்.

"அடி தாங்கற ஆளு பூதன் மட்டுந்தாண்டா ... அவன முன்னால உட்ரலான்டா."

"ம் ... மயரப் புடுங்குவீங்க. எல்லாந்தான்டா திங்கறீங்க ... நானெதுக்கு மின்னால போறன். அதும் எம்மேல எவனாச்சும் கை வெச்சிருவானா ..."

"நாங்கெல்லாம் ஓடியாந்திருவம்டா. அப்பா ... நிய்யாச்சு உங்க சோடாக்காரனாச்சு."

அவனைச் சீண்டினார்கள். விவரமற்ற கோபம் அவனுக்கு மூக்குக்கு மேல் வரும்.

"நானு அடி வாங்கிக்கறன் ... நீங்க பொச்சத் தொடச்சுக்கிட்டு ஓடுங்கடா."

சோடாக்காரருக்கும் அவருடைய பங்காளிக்கும் தகராறு. சோடாக் காரரின் வீட்டுக்குப் போக ஒத்தையடித் தடம்தான் இருக்கிறது. அதுவும் பங்காளியின் காட்டுக்குள். இரண்டு பேருக்கும் பொது நிலந்தான். இன்னும் பாகம் பிரித்துக் கறார் செய்யவில்லை. என்றாலும் பங்காளி இவர்கள் வீட்டுக்குத் தன் நிலத்துக்குள் தடம் விட மறுக்கிறான். வண்டிகூட ஓட்ட முடியாது. ஒரு பத்தடித் தடமாவது

இருந்தால்தான் முடியும். அவன் 'ஊடு கட்டறப்ப என்னயக் கேட்டுட்டா கட்டுனாங்க' என்கிறான் இப்போது. எத்தனையோ பஞ்சாயத்துகள் பேசிப் பார்த்தாயிற்று. ஒன்றும் நடக்கவில்லை. 'கேஸ் போட்டு எடுத்துக்கச் சொல்லு . . .' என்கிறான்.

இதைச் சொல்லிக்கொண்டிருந்தபோது டீக்கடைக்காரர்தான் இந்த ஐடியாவைச் சொன்னார்.

"பேசிக் கீசியெல்லாம் ஒன்னும் பிரயோசனங் கெடையாது மாமா. பத்தாளக் கூட்டியோயி ராத்திரியோட ராத்திரியாத் தடத்த போட்ருங்க . . . அதுக்கப்பறம் வர்றதப் பாத்துக்கலாம்."

"ஆமா நீங்க சொன்னாப்பல . . . அரவூருப் பசவளுக்கு புட்டுங் கறியும் வாங்கிப் போட்டு ரண்டு கௌாசு ஊத்துனா . . . நா முந்தி நீ முந்தீன்னு நாக்கத் தொங்கப் போட்டுக்கிட்டு வாரானுவ. என்ன நாஞ் சொல்றது . . ."

"அதுஞ் செரிதான். ஆனாலும் கரட்டூருக் கார்க்கார பசங்ககிட்டச் சொன்னாப் போதும், அவனுங்களப் பீஸ் பீஸாக்கிர மாட்டாங்க. ஆனா சும்மா வரமாட்டானுவ . . . காசத் தண்ணி மாதிரி எறைக்கோனும்."

"அதோட நம்பு பசவளையே கூட்டிக்கிட்டுப் போயர்றது. பத்துப் பசவ தேறுவானுவளே. ஒவ்வொருத்தனும் ரண்டாள அடிக்க மாட்டானுங்க. அப்படியே ஊர்ப்பக்கம் இருந்து பத்துப் பேரு வந்தாத் தடம் போட்டர்றம் . . . என்னொ?"

பையன்களைக் கூட்டிப் போவது சிக்கனம். சொன்னால் கேட்கக் கூடியவர்கள். நூல் நம் கையில். எல்லாம் யோசித்து இரண்டாம் ஆட்டம் முடிந்த பிறகு ஒருநாள் கூட்டிப்போய் இரவோடு இரவாகக் காரியம் முடித்துவிடலாம் என்று திட்டம் போட்டார்.

குறியூர் குடியிருப்புப் பகுதிக்கு வந்தும் இன்னும் வீதி விளக்குகள் போடப் படாமல் இருட்டாகவே கிடந்தது. அதைத் தாண்டி அச்சூர்த் தடத்தில் உள்ளே செல்கையில் மழை பெய்த ஈரத்தில் மண்ரோடு சேறு குழப்பிக் கிடந்தது. வேகத்தில் சைக்கிளை முன்னே விட்டுக் கணேசன் விழுந்து எழுந்தான். இருட்டில் சேறு அப்பியதும் கூடத் தெரியவில்லை. நின்று பார்க்காமல் சிரித்துக்கொண்டே மற்ற சைக்கிள்கள் முன்னோக்கி ஓடின.

பின்னால் சோடாக்காரர் வருகிற சுவடே இல்லை. அவர் கூன் போட்டுச் சைக்கிள் அழுத்திக்கொண்டு வருவதற்கு நேரமாகும். அவர் வந்து சேர்வதற்குள் ஊருக்கே போய்விட்டு வரலாம். ரோட்டில் உள்ளே வெகுதூரம் போய் ஏரித் தண்ணீர் வழிந்தோடும் பள்ளத்தைக் கடந்தார்கள். தவளைகளின் கத்தல் இடைவிடாமல் கேட்டுக் கொண்டிருந்தது.

கடலைச்செடிகளின் இடையே போன ஒற்றையடித் தடத்தில் இருட்டில் போகச் சிரமமாய் இருந்தது. ஆட்களின் சத்தம் கேட்டதும் வெளி விளக்கு எரிந்தது. நடைபோட்ட வில்லை ஓட்டு வீடு. வெளியே இரண்டு ஓலைக் கொட்டகைகள். விளக்கு வெளிச்சத்தைத் தொடர்ந்து சோடாக்காரர் பெண்டாட்டி கதவை ஒஞ்சரித்து எட்டிப் பார்த்தாள். நடேசனை நன்றாகத் தெரிந்தது.

“எங்கடா அவுரு வல்லியா?” என்றாள். நடேசன் ‘பொறத்தாண்ட வர்றாருக்கா’ என்றான்.

“செரி செரி. அந்தக் கொட்டாய்க்குள்ளார இருங்கடா.”

கதவு சாத்தப்பட்டது. மழைத்தண்ணீர் தேங்கிக் கொட்டாய்க்குள் ஈரமாயிருந்தது. சுற்றிலும் சோளத்தட்டுக் கத்தைகளும் விறகுகளும் போடப்பட்டிருந்தன. நடுக்கூச்சத்தில் எருமைக் கன்றுக்குட்டி கட்டப்பட்டிருந்தது. சைக்கிளை நிறுத்தி அதன் மேலேயே உட்கார்ந்தார்கள். சோடாக்காரர் சைக்கிள் சத்தம் கேட்டது. இறங்கிச் சைக்கிளை நிறுத்திவிட்டுப் ‘பிள்ள பிள்ள’ என்றார். பெண்டாட்டி வந்து கதவைத் திறந்ததும் அவள் முகத்தில் அறைகிற வேகத்தில் பேசினார்.

“லைட்ட எதுக்குடி போட்ட . . . நிய்யே காட்டிக் குடுத்திருவியாட்டம் இருக்குது.”

உடனே அவள் உள்ளே போய் விளக்கை அணைத்தாள். கருகும்மிட்டது. அதுவரை காணாத நாய் எங்கிருந்தோ ஓடி வந்து இவர்களைப் பார்த்துக் குரைத்தது. கையில் லாந்தர் விளக்குடன் வந்த சோடாக்காரர் ‘ச்சுடாய் ச்சுடாய்’ என்றார். அது அமைதியாகிப் போனது. கொட்டாய்க்குள் லாந்தரைத் தொங்கவிட்டுவிட்டு, நடேசனையும் சத்திவேலையும் வீட்டுக்குள் கூட்டிக்கொண்டு போனார்.

உள்ளே விஸ்தாரமான காரை வாசல். படுத்துப் புரளலாம் போலிருந்தது. அதையே களமாகவும் வைத்துக்கொள்வார்கள். அதையடுத்துப் பட்டாசாளையும் இரண்டு வீடுகளும் தாவாரமும். பட்டாசாளையில் கிடந்த சாக்குக் கட்டைத் தூக்கிக்கொள்ளச் சொன்னார்.

“போய் விரிச்சு உக்கோருங்கடா.”

ஆளுக்குப் பாதியாய் அள்ளிக்கொண்டு வருகையில் வீட்டிற்குள்ளிருந்து நிறையக் குரல்கள் கேட்டன. ஈரக்கொட்டாய்க்குள் லாந்தர் வெளிச்சத்தில் சாக்குகளை விரித்து உட்கார்ந்தார்கள். கொஞ்ச நேரத்தில் சோடாக்காரரும் இன்னொரு ஆளும் இரண்டு பாட்டில்களும் பொட்டலங்களுமாய் வந்தார்கள். இவர்கள் போட்டுக்கொண்டிருந்த சத்தத்தைப் பார்த்து, ‘மெதுவாப் பேசுங்கடா’ என்றார்.

இரண்டு ஈயக் கிளாசுகளும் இருந்தன. அவர்கள் போனதும் கிளாசை நிரப்பினான் நடேசன். கண்களை இறுக மூடிக்கொண்டு

நாக்கில் சலவாய் கொட்ட ஒரே மூச்சில் குடித்துவிட்டுச் செருமினான். முகத்தை அப்படியும் இப்படியும் அசைத்தான். காறினான். பின் மிச்சரில் ஒருகை அள்ளிக் குத்தாகத் திணித்துக்கொண்டான். அதற்குள் பூதனும் சத்திவேலும் ஆளுக்கொன்றில் ஊற்றிக்கொண் டார்கள். மற்றவர்களும் பறந்தார்கள். சத்தம் கேட்டு வெளியே வந்து 'அடிச்சிக்காத குடிங்கடா' என்றார். வீட்டிலேயே காய்ச்சிய சரக்கு. அதனால் சுள்ளிட்டது. 'அம்சம்டா' என்றான் சத்தி. கொஞ்ச நேரத்திற்கு அங்கே காறல்களும் செருமல்களும் மட்டுமே இருந்தன.

மணி முதல் ரவுண்டிலேயே மல்லாந்தான். கிடக்கவும் முடியாமல் கொட்டாய் முழுக்கவும் சாக்கில் புரண்டான். முதல் ரவுண்டு முடிவதற்குள் அடுத்த ரவுண்டிற்கான பாட்டில்கள் வந்தன.

"பாத்து லெவலா வெச்சுக்கங்கடா ... இன்னம் வேலை இருக்குது."

அவர் அடிக்காமல் நிதானத்தோடு இருந்தார். அடுத்த ரவுண்டு முடிவதற்குள் மணி குமட்டிக் குமட்டி வாந்தி எடுத்தான்.

"இவன எதுக்குடா கூட்டியாந்த? மொளவாக் காரத்துக்கே தாங்க மாட்டான்."

அவனை யாரும் கவனிக்கவும் இல்லை. அவன் பாட்டுக்கு வாந்தி எடுத்துவிட்டு அங்கேயே விழுந்து கிடந்தான். சத்திவேலுக்குக் கஞ்சா தேவையில்லாதிருந்தது. என்றாலும் அதில் மாதிரி இதில் பறக்க முடியவில்லை. மதமதப்பு இல்லை. எதையாவது அடித்து உடைக்க வேண்டும் போலிருந்தது. நடேசன் இவனைக் கட்டிக்கொண்டு 'சத்திக் கன்னு ... சத்தீ ...' என்ற கொஞ்சினான். கன்னத்தில் முத்தம் கொடுத்தான். இவனை அந்தப்பக்கம் இந்தப்பக்கம் அசைய விடவில்லை.

"நீ தான்டா ... எனக்கு எல்லாம். நீ இல்லாட்டி நாஞ் செத்துப் போயிருவன்டா ..." என்றான். அழுதான். மடியில் தலை வைத்துப் புரண்டான். 'என்னடா ஆச்சு உனக்கு ... எந்திரிடா ...' என்று இவன் உசுப்பினான். அதற்குள் உள்ளிருந்து பத்துப் பேர்களும் சோடாக்காரரும் வந்தனர்.

"வாங்கடா ... வாங்கடா ..."

மணியைத் தவிர எல்லாரும் எழுந்து தள்ளாட்டத்தைக் குறைத்துக் கொண்டு வந்தனர். பூதன் பாட்டிலில் மிஞ்சிக் கிடந்த கொஞ்சத்தையும் எடுத்து வாயில் கவிழ்த்துக்கொண்டான். தடிகளும் அரிவாளும் கைகளில் ஏறின. வெளிவிளக்கு இப்போது பிரகாசமாக எரிந்தது.

வீட்டை அடுத்திருந்த கடலைக்காட்டுக்குள் தடம் தொடங்கியது. மண்வெட்டியும் கூடையுமாக அவர்கள் வேலை செய்ய இவர்கள் தடிகளோடு அவர்களுக்கு முன்னால் நிறுத்தப்பட்டிருந்தனர். கடலைச் செடிகள் அப்போதுதான் நான்கு இலைகள் பரப்பி உலகைப் பார்க்க வந்திருந்தன. மழை நன்றாகப் பெய்ததால் செழுசெழுப்பு.

குருட்டாம்போக்கில் ஒரு பத்தடி அகலத்திற்கு இரண்டு பக்கமும் குழி வெட்டி நடுவில் மண்ணைப் போட்டு நிரப்பினர். ஒரு காடு தொலைவுக்குத் தடம் போட வேண்டும். வெட்டுபவர்களுக்கு முன்னால் அவர்கள் நகர நகர இவர்களும் நகர்ந்து காவல் போட்டனர்.

"சத்தி உசாரா ... இருடா. எதாச்சும் இனுக்குப் புனுக்குனு சத்தம் கேட்டுதுனாலும் உட்ராத ... ஒரே போடு. என்னடா ... அவன் இன்னைக்கு நம்ம கால்ல வந்து உழுவோனும்."

"எவன் வந்தர்ரானு பாக்கறன். மொதலாளி ... நீங்க போடுங்க."

"எங்க மொதலாளி ஊட்டுக்குத் தடம் இல்லைன்னு எந்தக் கேனக்கூதி சொல்றவன். அவங்கம்மா ... வரச்சொல்லு இங்க பேசிக்கறன்."

லுங்கி அவிழ்ந்து விழுவது அறியாமல் பூதன் கத்தினான். சோடாக் காரர் காட்டிய திக்கில் வீடு எதுவும் தெரியவில்லை. அங்கே விளக்கும் எரியவில்லை. என்றாலும் சோடாக்காரர் பரபரப்பாக இருந்தார். அடிக்கடி அந்தப்பக்கம் பார்த்துக்கொண்டார். மற்ற ஆட்கள் மூச்சுப் பேச்சு இல்லாமல் வெட்டவும் கொட்டவுமாகக் கண்ணாயிருந்தனர். சோடாக்காரர் பையன் பெட்ரோமாக்ஸ் லைட் கொண்டு வந்தான். தடம் கொஞ்சம் தொலைவு வந்ததும் வாசல் விளக்கின் வெளிச்சம் போதவில்லை.

"நீ இந்தப்பக்கம் வராதீடா ... ஊட்டுக்குள்ள போயி இரு ... போடா."

விளக்கை வாங்கிக்கொண்டு பையனை விரட்டினார். அத்தனை இருட்டிலும் சத்திவேல் ஒருவிரலை அசைத்து 'டே முத்து இங்க வாடா ...' என்றான். அவன் சட்டை செய்யாமல் வீட்டை நோக்கி ஓடிப்போனான். அரைவட்டமாய் இவர்கள் நின்றிருந்தனர். நடேசன் தடிவரிசை போடுபவன் போலத் தடியை விசிறிக்கொண்டு 'டேய் ...' என்றான். லுங்கியை உருட்டிக் கோவணமாக்கி இருந்தான்.

"சத்தி ... வாத்தியாராட்டம் பாத்தியாடா ... வர்றயாடா?"

"வந்தனா ... இங்கயே உன்னயப் பொதச்சிர வேண்டீதுதான்டா."

"பாக்கலாமா?"

"பாக்கலாம்."

இரண்டு பேரும் நெருங்கினர். இடையில் சோடாக்காரர் வந்து நின்று பற்களை நெரித்தார்.

"என்னடா ... துளியூண்டு சாராயம் உள்ளார போனதும் ஆட்ட மாடா காட்டறீங்க? அவனாளுங்க வர்றாங்களான்னு பாருங் கடான்னா ... தடிவரிசை போடறீங்களா?"

கடலைச்செடிகளை மிதித்துக்கொண்டு ஆளுக்கொரு திக்கில் நின்றனர். மின்விளக்கு வெளிச்சத்தில் பாதித் தூரம் தடம் விழுந் திருந்தது. ஒன்றுமில்லை. இரண்டு பக்கங்களிலும் முழங்கால் ஆழத் திற்கு மண் வெட்டி இடையில் கொட்டினர். மழை ஈரம் இருந்ததால் மண் பொதுபொதுவென்று இறங்கியது. எல்லாரும் வெட்ட ஒன்றிரண்டு பேர் வாரிக் கொட்டினர். பூதன் நின்றுகொண்டிருக்கச் சலித்து மண் தூக்கிக் கொட்டப் போனான்.

"வேண்டான்டா ... டே பூதா, அங்க போயி நில்லு. அவன் செரியான ஆளு ... பாத்தா மசையனாட்டம் இருப்பான். எதாச்சும் செஞ்சிருவான்டா."

அவனைத் திரும்பவும் பழையபடி நிறுத்திவிட்டு எல்லாரையும் எச்சரித்தான். தூரத்து வீட்டில் அசைவு சிறிதும் காணோம். வெட்டிய குழியில் இருந்து பெருக்கான் ஒன்று ஓட எல்லாரும் 'ஆ ...' என்று கதறிப் பயந்து அதைத் துரத்தினார்கள். நடேசன் அதைப் பிடித்துவிடக் கொஞ்சம் ஓடினான். 'நடேசா நடேசா ... போவாத வாடா ...'

சோடாக்காரர் கத்திக் கூப்பிட்டார். இருட்டில் ஓடி மறைந்தது. கால்கள் முழுக்கச் செம்மண் சேறு கவ்வ அவன் திரும்பி வந்தான். இளைப்பு வாங்கியது. வெட்டிக்கொண்டிருந்த ஒருவன் நிமிர்ந்து சோடாக்காரரைப் பார்த்துச் சொன்னான்.

"என்ன மச்சான் ... மொண்டுவாலி ஆளுவளப் பாத்துச் சுருண்டுட் டானாட்டம் ..."

அவனுக்கு வேர்வை வடிந்து மூச்சு வாங்குவது தெரிந்தது. பெட்ரோமாக்ஸ் வெளிச்சத்தோடு சேர்ந்து அதன் சத்தமும் 'கிர்'ரென்று வந்தது.

"அவன் ஆளு சொலமாடிக்கிட்டுத்தான் இருப்பான் ... அவ்வளவு லேசுப்பட்டவனில்ல. எதுக்கும் தயாராகத்தான் இருக்கோனும்."

சாராய மயக்கம். எதுவும் நடக்காத சோர்வு. எல்லாம் சேரப் பூதன் கீழே உட்கார்ந்து பீடி பற்ற வைத்தான். நடேசனும் உட்கார்ந் தான். சத்திக்கும் கால் மடிந்தது. பூதனிடம் பீடி வாங்கிக்கொண்டான். நின்றுகொண்டிருந்த இடத்திலேயே எல்லாரும் உட்கார்ந்தனர். பீடியின் கடைசிக் கங்கு அணைவதற்குள் வெளிப்புறமாய் உட்கார்ந் திருந்த நடேசனின் தோளில் எதுவோ சொத்தென்று விழ அவன் அலறல் பெரிதாகக் கேட்டது.

16

சத்திவேல் கேபின்ரூம் படி வளைவில் இருந்த சின்ன இடத்தில் படுத்திருந்தான். வெயில் உடம்பின் பாதியை விழுங்கியிருந்தது. வியர்வை வழிந்து உடம்பு முழுக்கவும் ஓடியது. லுங்கி கழன்று தனியாகக் கிடந்தது. ஒன்றும் உணர்வில்லாமல் தூங்கிக் கொண்டிருந்தான்.

காலையிலும்கூடச் சாப்பிடப் போகவில்லை. தூக்கம் பாதியும் மயக்கம் மீதியும் கிடத்தியிருந்தன. விழித்துப் புரள்கையிலும் எழ வேண்டும் என்று தோன்றவில்லை. புரண்டு குப்புறப் படுத்துக்கொண்டான். தலை பரட்டையாக விரிந்திருந்தது. செம்பட்டை பாய்ந்த மயிர்கள் வளர்ந்துவிட்டதைக் கவனிக்கவும் முடியவில்லை. இலேசாகத் தாடிகூடப் பொசுபொசுவென்று வளர்ந்துவிட்டது. கீழே இருந்து ஏதோ சத்தமும் பேச்சுக் குரல்களும் கேட்டுக்கொண்டேயிருந்தன. கனவில் யாரோ உளறுவது போலிருந்தது.

கொஞ்சநேரத்தில் யாரோ அடித்து எழுப்புவதை உணர்ந்தான். "டேய் எந்திரீடா ..." புரண்டு கண்களைத் திறந்தான். வெயில் இமைகளைத் தாக்கிக் கூசியது. எழுந்து உட்கார்ந்து லுங்கியைத் தேடிக் கட்டிக்கொண்டு அண்ணாந்தான். சண்முகன்தான் நின்றிருந்தான்.

"உங்க மொதலாளி கூப்படறாரு ... எந்திரிச்சு வாடா ... வந்து பாரு."

"என்னடா ... அப்பற மேலு வர்றன்னு சொல்லு ... போ."

"நடேசன் போனதுல இருந்து ஏன்டா இப்பிடிப் பேய் புடிச்சவனாட்டம் கெடக்கற ... வாடா."

ரொம்பவும் சோர்வாக இருந்தது. திரும்பவும் குறுக்கி முறுக்கிப் படுத்தான். ராத்திரி போஸ்டர் ஒட்டப் போய்வந்த அலுப்பு. கை கால்களிலெல்லாம்கூடப் பசையின் வடுக்கள் பதிந்திருந்தன. ஐந்து மணிக்குத்தான் வந்து படுத்தான். சண்முகன் குனிந்து கன்னத்தைச் செல்லமாகத் தட்டிக் காதில் சொன்னான்.

"சோடாக்கடைல திருட்டுப் போயிருச்சுடா ... எந்திரிச்சு வாடா."

எழுப்புவதற்காகப் பொய் சொல்கிறானோ என்றிருந்தது. தூக்கம் தெளிந்திருந்தது. 'நெசமாவா' என்றான்.

"ஆமான்டா ... வாடா. உன்னயக் கூட்டியாரச் சொல்றாரு."

கீழே இறங்கையில் கடைக்குமுன் கூட்டம் நின்றிருப்பது தெரிந்தது. மலையாளத்தான் கடையில் இருந்தெல்லாம் வந்திருந்தார்கள். சோடாக்காரர் எல்லாருக்கும் இடையில் நின்றுகொண்டு புலம்புவது கேட்டது.

"ரண்டாவது ஆட்டம் இடைவேள முடிஞ்சுதான போறன். நல்லாப் பூட்டு போட்டுட்டு, ரண்டு மூனு தடவ இழுத்துப் பாத்துட்டுப் போறன் ... ஆருக்குத் தெரியும் இப்படி ஆவுமுன்னு? அதும் பாரு ... பூட்டுப் பூட்டுனாப்லயே இருக்குது. ஒடைக்கக்கூட இல்ல ... எவனயின்னு கண்டுபுடிக்கறது?"

சத்திவேல் இறங்கி வருவது தெரிந்ததும் எரிக்கிற பார்வை பார்த்தார்.

"ஏன்டா சத்தி ... நிய்யி எந்நேரம்டா வந்த? கடையக் கீது பாத்தயா?"

"இல்ல மொதலாளி. நான் போஸ்டர் ஒட்டப் போயிட்டு வெடியக்காலந்தான் வந்தன். வந்ததும் மேல வந்து படுத்தவந்தான் ... இப்பத்தான் எந்திரிக்கறன்."

"எச்சக்கலயன் ... அந்த நடேசனும் இல்ல. வேற ஆருடா? திருட்டு ராஸ்கல் ... உன்னயத் தவர ஆருக்கு இந்தத் தெகிரியம் வரும் ... ம்."

எகிறி இவன் முடியைக் குத்தாகப் பற்றி இழுத்தார். சோடாபாட்டில் வெடிக்கிற சத்தம் போலக் கன்னத்தில் அடி விழுந்தது. கொஞ்சமும் எதிர்பார்க்கவில்லை. ஆவேசத்தில் இழுத்துக்கொண்டு போனார். 'பார்டா ... இந்த அலும்பு செஞ்சிருக்கறயேடா?'

கடைக்குள் தள்ளினார். உள்ளே கிரேடுகள் உடைக்கப்பட்டுக் கிடந்தன. சில்லரை டப்பா காலியாக்கப்பட்டுக் கீழே கிடந்தது.

தண்ணீர்த் தொட்டிகள் முழுக்கவும் கலர் பவுடர்களை எடுத்துக் கொட்டிக் குழம்பு போலக் கலக்கியிருந்தது. காலே வைக்க முடியாத அளவுக்குக் கடை முழுக்கவும் நாசமாக்கப்பட்டிருந்தது. படத்தின் சண்டைக் காட்சியில் வாரியிறைக்கப்படும் பொருள்களைப் போலக் கடை கந்தரகோலமாகக் காட்சியளித்தது. சில்லறைக் காசுகள் போனதைப் பற்றிப் பிரச்சினை இல்லை. நோட்டுகளை எல்லாம் எடுத்துக்கொண்டு சில்லறையை மட்டும்தான் டப்பாவில் போட்டு வைப்பார். அதிகம் இருந்தால் ஐம்பது ரூபாய் இருக்கும். ஆனால் கடைச் சாமான்கள் எல்லாம் எதற்கும் ஆகாமல் கிடந்தன.

வாய் அடைத்தது. என்ன பதில் சொல்வதென்றே தெரியவில்லை. அவர் குத்தில் சில்லிமூக்கு உடைந்து ரத்தம் கசிந்தது. 'சொல்லுடா சொல்லுடா . . .' என்றார். கூட்டத்திற்குள் ஒவ்வொருவரும் ஒவ் வொன்று பேசிக்கொண்டே கலைந்துகொண்டிருந்தார்கள்.

"எச்சக்கல நாயி . . . இந்தத் திருட்டு வேலயெல்லாம் உனக்குத் தாண்டா தெரீம் . . ."

குப்புற வெளியே தள்ளினார். ஸ்டேண்டில் மோதிக் கவிழ்ந்து விழுந்தான். பேச்சு வரவில்லை. சண்முகன் வந்து தூக்கி நிறுத்தி ஓரத்திற்குக் கூட்டிக்கொண்டு போனான். சோடாக்காரர் பற்களைக் கடித்துக்கொண்டு சொற்களைத் துப்பினார். வராண்டாப் படியில் உட்கார்ந்தான். இரத்தமும் எச்சிலும் கலந்து வடிந்தன. லுங்கியில் துடைத்துக்கொண்டே யாராக இருக்கும் என்று யோசிக்கத் தொடங்கி னான். சட்டென்று நினைவுக்கு வந்தது. பூதன். ஆளையே காணோமே. அவனுக்கு ஏது சாவி. காசு கேட்டுச் சோடாக்காரரைத் தினமும் கெஞ்சுகிற வேலை சலித்துப்போய் ஓரேடியாகப் போகட்டும் என்று இப்படிச் செய்தானோ. அவனில்லாமல் வேறு யாருமாகவும் இருக்கலாம். ஒருவகையில் மனசு சந்தோசத்தில் கைகளைக் குலுக்கிக்கொண்டது. தனக்கு வராத யோசனை வேறு யாருக்கோ வந்திருக்கிறதே என்று கவலைப்பட்டான்.

மணி ஒன்றுதான் ஆகியிருந்தது. படத்துக்கு வரும் கூட்டம் இன்னும் சேரவில்லை. ஒன்றிரண்டு பேர்கள்தான் வெளியே இருந்தனர். படம் போட்ட முதல்நாள். கூட்டம் நிறையவே இருக்கும் என்று நேரமாகவே வந்திருக்கிறார். மெயின் கேட் திறக்கிற சத்தம் கேட்டது. எல்லாரும் அங்கே திரும்பிப் பார்த்தனர். வாட்சுமேன் தாத்தா வெற்றிலை எச்சிலை உமிழ்ந்துகொண்டு சாவகாசமாக வந்துகொண்டி ருந்தார். வீட்டுக்குப் போய்ச் சாப்பிட்டுவிட்டு வருகிறார் போல. பூஞ்சை உடம்புக்கும் தலைக்கும் பொருத்தமில்லாமல் இருந்தது. கேட் திறந்துவிடவும் சாத்தவுமான சாவிக்கொத்து கையிலிருந்தது. அவரைப் பார்த்ததும் சோடாக்காரர் வேகமாக எழுந்தோடினார்.

"தாயோலி இந்தக் கெழவந்தான் பண்ணியிருக்கோனும். வீச்சு வீச்சுனு நடந்துக்கிட்டு . . . டேய் கெழவா !"

ஓடிக் கன்னத்தில் மாறி மாறி அறைந்தார். வாட்சுமேனுக்கு ஒன்றும் புரியவில்லை. கன்னத்தைப் பிடித்துக்கொண்டு 'அய்யோ அய்யோ' என்று கத்தினார். பின்னால் நகர்ந்தோடினார். கீழே விழுந்து புரண்டார். சோடாக்காரர் எட்டி உதைத்தார். சாவிக்கொத்து எகிறிப் போய்த் தூர விழுந்தது. அடி பொறுக்க மாட்டாமல் எழுந்தோடினார். பின்னால் சோடாக்காரர் பளார் பளாரென்று முதுகில் அறைந்து காடாப் பனியனைக் கையால் பற்றி இழுத்தார். டர்ரென்று கிழிந்து வந்தது. அப்படியே போட்டுவிட்டுக் கீழே தள்ளினார். வாட்சுமேன் இன்னும் 'அய்யோ அய்யோ' என்று குரல் அமுங்கக் கத்தினார். அழுவதற்கும் சத்தில்லை.

"உன்னயத் தவர யாருங் கெடையாதுடா கெழவா . . . நீதாஞ் சாவி போட்டுத் தொறந்திருக்கோனும். நீ கேக்கறப்ப ரண்டு சோடா ஓசுலகூடக் குடுத்தனேடா . . . கெழவா, எதுக்குடா இப்டிப் பண்ணின . . . டேய் . . ."

பற்களைக் கடித்து மறுபடியும் உதைத்தார். வாட்சுமேன் தாத்தா கைகளை எடுத்துக் கும்பிட்டுக்கொண்டு 'அய்யோ சாமீ . . . நானில்லையே . . .' என்று கதறினார். பேச்சே வரவில்லை. பார்த்துக் கொண்டிருந்த யாரும் அவர் பக்கம் போகவுமில்லை. கேட்டுக்கு வெளியே கூட்டம் குழுமிக்கொண்டு வேடிக்கை பார்த்தது.

"ஒழுங்காச் செல்லீரு . . . நீதான பண்ணுன ?"

"அய்யோ . . . எனக்கு ஒன்னுந் தெரியாதே . . ."

வார்த்தை வரவில்லை. கேவிக் கேவி அழுகை வந்தது. விழுந்தவர் எழுந்து நடக்கக்கூட முடியாது போலிருந்தது. அதற்கு மேல் அவரை என்ன செய்வதென்று சோடாக்காரருக்கும் தோன்றவில்லை.

"இவனத் தவர ஆளுக் கெடையாது. உள்ள பூதறதுக்குச் சாவி இவங்கிட்டத்தான் இருக்கோனும். கெழட்டு நாயி, என்ன அலும்பு பண்ணீருக்கறான் பாரேன் . . ."

அவர்பாட்டுக்கு வாட்சுமேனைத் திட்டினார். கூட்டம் அதற்குமேல் சுவாரஸ்யம் இல்லாமல் கலைந்தது. பீடாக்காரர்தான் சொன்னார்.

"மாமா . . . எதுக்கும் மொதலாளிகிட்ட ஒருவார்த்த சொல்லி வெக்கறது நல்லது."

"ஆமா . . . அந்தக் கெழவந்தான் மசுரப் புடுங்கிக் கண்டு புடிக்கறான் . . . போ."

வாட்சுமேன் கைகளை ஊன்றி எழுந்து மொண்டிக்கொண்டே போய்க் கேபின் ரூம் படிக்கட்டில் உட்கார்ந்தார். உடல் நடுக்கம் இன்னும் நிற்கவில்லை. கண்ணீர் வழிந்துகொண்டேயிருந்தது. திடீரென்று பீடாக்காரர் சந்தோசத்தோடு கத்தினார்.

“மாமா ... இங்க பாருங்க ... இந்தத் தகரம் புடுங்கியிருக்குது.”

தகரத்தைத் தனியே எடுத்தார். அது கையோடு வந்துவிட்டது. கதவுக்கு மேலே அகலமாகச் சந்து இருந்தது. அதை மறைக்க டொரினோ விளம்பரத் தகரத்தை வைத்து அடித்திருந்தார்கள். அதைக் கையிலெடுத்ததும் ஆவென்று வாய் திறந்தது. ஒரு ஆள் நன்றாகப் புகுந்து வெளியே வரலாம். அதைப் பார்த்தவுடன் சோடாக்காரர் கேட்டார்.

“டே சத்தி ... பூதன் எங்கீடா?”

சத்தி தலையைக் குனிந்துகொண்டான். உதடுகள் வீங்கிக் கனத்தன. பதிலேதும் பேசவில்லை.

“சம்முவா... நீதான் பார்ரா ... கொட்டாயி முழுக்கத் தேடீட்டு வா.”

அவன் உள்ளும் புறமும் ஓடினான். க்யூவுக்குள் கணேசன்தான் மல்லாந்து கிடந்தான். உள்ளே பெஞ்சில் பெரியசாமி படுத்திருந்தான். புக்கிங் ரூம், பெண்கள் பக்கத்துக் க்யூ, இரண்டு பக்கக் கேபின் படிகள் எல்லாவற்றிலும் தேடிவிட்டு வந்தான். பூதன் இல்லை.

“அப்படீன்னா ... பூதன் தான்டா.”

சோடாக்காரரின் முடிவு இவனுக்கு எரிச்சலூட்டியது. பூதனுக்கு இருக்கும் உடம்புக்கு அந்தச் சந்தில் நுழைய முடியாது. அப்படி என்றால் அவனோடு வேறு யாராவது இருக்க வேண்டும். வேறு யார்? வத்தனைத்தான் காணவில்லை. எதுவும் பேசாமல் சிகரெட்டை எடுத்துத் தூளை உதிர்க்கத் தொடங்கினான். முகமெங்கும் எரிச்சல் பரந்தது. சோடாக்காரனின் தலையைத் திருகி எறிந்துவிடக் கை பரபரத்தது. மனசு ஆக்ரோசம் கொண்டு குமுறியது. அதே வேகத்தில் தூளைத் திணித்தான். சத்திவேலின் சந்தேகம் பீடாக்காரருக்கும் வந்துவிட்டது.

“பூதன் எப்பிடி இந்தச் சந்துல பூதுவான் மாமா?”

“அதான ...”

சோடாக்காரருக்குச் சப்பென்று போய்விட்டது. என்றாலும் சண்முகன் சொன்னான்.

“வத்தனையுங் காணாம் ...”

“அவனுங்க ரண்டு பேருந்தான் அப்ப. எச்சக்கலத் தாயோலிவ. கேக்கறப்பவெல்லாம் காசு குடுத்தனேடா ... அவன் வவுத்துல அறுக்க ... தேவ்டியா மவனுவ.”

அவர்பாட்டுக்குத் திட்டிக்கொண்டிருந்தார். மேட்னிக்கு நேரம் ஆகிக்கொண்டிருந்தது. உடனே கடையைச் சுத்தம் செய்யத் தொடங்

கினார். உடைந்து கிடந்தவற்றை வெளியே பொறுக்கிக் கொட்டினார்கள். கலர்ப் பவுடர்கள் கொட்டிய தொட்டி நீர் முழுக்கவும் கவிழ்த்துக் கழுவிவிட்டுக் கொட்டாய்த் தொட்டியில் இருந்து தண்ணீர் கொண்டு வந்து ஊற்றினார்கள். என்றாலும் சாமான்கள் நிறைய வாங்க வேண்டும். சோடாக்காரர் திட்டிக்கொண்டே பாட்டில்களைக் கழுவத் தொடங்கினார்.

சத்தி எல்லாவற்றையும் பார்த்துக்கொண்டேயிருந்தான். அவரும் கூப்பிடவில்லை. வயிறும் எரிந்தது. டீக் குடித்தால் பரவாயில்லை என்று தோன்றியது. வெறுமனே படுக்கலாமா ஏதாவது சாப்பிடப் போகலாமா என்று யோசித்தான். சந்தைப்பேட்டை போய்ச் சாப்பிட்டு வருவதை நினைக்கையிலே அப்பாடா என்றிருந்தது. வெளியே மலையாளத்தான் கடைக்குப் போய் டீக் குடிக்கவும் அசதி மண்டியது.

தொட்டிக்குப் போய்த் தண்ணீர் குடித்தான். வயிறு நிறைந்து தண்ணீர் அசைந்தது. இனிக் கொஞ்சநேரம் நன்றாகத் தூங்கலாம். ராத்திரிச் சாப்பாட்டையாவது நன்றாகச் சாப்பிட வேண்டும். போஸ்டர் ஒட்டிய பணம் பத்து ரூபாய் பாக்கெட்டிலிருந்தது. யோசித்துக்கொண்டே க்யூவுக்குள் போனான். அந்த இருளின் அணைப்பு இழுத்தது. போஸ்டரை நன்றாக விரித்துவிட்டுத் துணி மூட்டை ஒன்றைத் தலைக்குப் போட்டுக்கொண்டு படுத்தான். வெறும் பீடி ஒன்றைப் பற்ற வைத்தான். கூரையைப் பார்த்துப் புகை ஊதினான்.

இருட்டும் மெல்லிய வெளிச்சமும் கலந்திருந்த அந்த இடம் ரொம்பவும் பிடித்தமானதாக இருந்தது. புகை நின்று சுழன்று மெல்லக் கிளம்பி மேலே போவதையே பார்த்துக்கொண்டிருந்தான். நடேசனும் இல்லை. பூதனும் இல்லை. போய்விடலாமா என்றிருந்தது. சுற்றிலும் எதுவுமற்ற வெறுமை. தான் மட்டுமே இடத்தை அடைத்துக் கொண்டு வீணாய் இருப்பதாக உணர்ந்தான். க்யூக் கதவு மௌன அழைப்பு விடுவதாகத் தோன்றியது. அந்தப்புறம் நின்றுகொண்டு அப்பனின் குரல் 'கண்ணு...' என்று கொஞ்சியது. நடேசன் நெஞ்சு வலி கொண்டு 'சத்தீ...' என்று கதறினான். தலையை உலுப்பினான். உடலைக் குறுக்கி உதைந்து வலிப்பு வந்தவன் போல நெளிந்தான்.

திடீரென்று எழுந்தான். க்யூ கதவை அழுத்தி மெல்லத் திறந்தான். வெளியே கூட்டம் சேர்ந்திருந்தது. கதவை முன் போலவே சாத்திவிட்டு நிமிர்ந்தான். கட்டில்கடைப் பாட்டி 'சத்தி இங்க வாடா...' என்று கூப்பிட்டாள். கூடைச் சாமான்களை இறக்கக் கை கொடுத்தான். கட்டிலைப் போட்டு அவற்றைப் பரப்பிக்கொண்டே இவனைக் கவனித்தாள் பாட்டி.

"என்னடா ... மூஞ்சி வீங்கியிருக்குது?"

நிழல்முற்றம்

அந்த நிமிடத்தில் கரைந்து அழுதான். குனிந்த தலை நிமிரவில்லை. பாட்டி பயந்துபோனாள். 'என்னடா என்னடா...' என்று தலையைத் தடவினாள். வார்த்தை வராமல் கட்டிலைப் பிடித்துக்கொண்டு கீழே நகர்ந்து உட்கார்ந்து முகத்தைப் புதைத்துக்கொண்டான். பாட்டி கடை பரப்புவதில் முனைந்துவிட்டாள். மெல்ல எழுந்து மலையாளத் தான் கடையில் டீ சாப்பிட்டுவிட்டு நகர்ந்துவிடலாம். கை மண்ணைத் தட்டிக்கொண்டு எழுந்தான்.

"சத்தி... டேய்... சத்திவேலு..."

கேட்டுக்குள் இருந்து சோடாக்காரரின் குரல். சட்டை செய்யாமல் நகர்ந்துவிட விரும்பினான். கொஞ்சம் நடக்கவும் செய்தான்.

"உள்ள வாடா... டேய்."

அவர் குரலின் அழைப்பு ஒருகணம் நிறுத்தியது. திரும்பிக் கேட்டைப் பார்த்தான்.

▪

பின்னிணைப்புகள்

‘கூர்மையான சிலாம்புகள்’

கடந்த நூற்றுச் சிலவான ஆண்டுகளில் தமிழ்நாவல் வெகுதூரம் நகர்ந்து வந்திருக்கிறது என்று சிறப்பாகச் சொல்ல முடியாவிட்டாலும் அதன் ஆரோக்கியமான அசைவுகளைப் புலப்படுத்தும் வகையில் நாவல்கள் வந்துகொண்டிருக்கின்றன. பெருமாள்முருகனின் ‘ஏறுவெயில்’ அந்த வகை நாவல்களில் ஒன்று. ஏறுவெயிலில் வசமாகக் கிடைத்த பிடி மேலும் வலுவாகி இருக்கிறது அவரது இரண்டாவது நாவலான ‘நிழல்முற்ற’த்தில்.

ஒரு நாவல் இவ்விதம் தொடங்கப்பட்டதில்லை. ரோகத்தால் பீடிக்கப்பட்டுப் பசியால் துவைக்கப்பட்ட ஒரு மனிதன் வல்லந்தமாய்ச் சாவுக்குக் காத்திருக்கும் தோற்றம் தரும் தொடக்கம். ஆனால் அவன், கழுகு கொத்தக் காத்திருக்கும் கிழட்டுக் காளை அல்ல. சற்று தண்ணீர் தெளித்தால் துளிர்விடத் துடிக்கும் மரக்கன்று என்பது புலப்பட நமக்கு அவகாசம் தேவைப்படுகிறது.

இங்கு நிழல்முற்றமாக உருக்கொள்வது கிராமமும் அல்லாத நகரமும் அல்லாத ஒரு ஊரின் சினிமா கொட்டகை. ஆண்டுகளாக நடைபெறும் ஒரே நாடகம் போன்று, அதே பாத்திரங்களை, வேறு வேறு மனிதர்கள் நடிப்பதைப் போன்று, சிற்சில காட்சி மாற்றங்களைத் தன்னிச்சையாய் நடத்திக்கொள்வதைப் போன்று, நிழல்முற்றத்தில் அலம்புகின்ற வாழ்க்கை.

சோடா கலர் விற்கும் பையன்கள், சோடாக்கடைக்காரர், அவர் மகன், கேட்டில் டிக்கட் கிழிப்பவர்கள், டிக்கட் கொடுப்பவர்கள், சைக்கிள்

ஸ்டேண்ட் பையன், டீக்கடைக்காரர், வாட்ச்மேன், பீடாக் கடைக்காரர், மேனேஜர், சினிமா கம்பனி ஏஜன்ட், உரையாடல்கள் மூலம் மட்டுமே ரூபம் கொள்ளும் முதலாளி, வாடிக்கையாளனோடு வரும் வேசி எனச் சகலமும் சினிமா கொட்டகையின் உலகம் சார்ந்து துல்லியமான கோட்டுச் சித்திரம் போன்று எழுப்பப்பட்டிருக்கும் நாவல் இது.

படைப்பாளியின் குறுக்கீடு எந்த வகையிலும் எந்த இடத்திலும் இல்லாமல் நாவல் நகர்ந்து செல்கிறது. உவமைகள்கூடச் சினிமா கொட்டகை சார்ந்தே வருகின்றன. 'கண்களைத் திறக்க முடியவில்லை. போஸ்டர் பசையை ஊற்றி ஒட்டிவிட்ட மாதிரி' என்பது போன்று. நிகழ்ச்சிகள் படைப்பாளியின் புத்திசாலித்தனம் வெளிப்படாமல் இயல்பு தொனிக்கும் விதத்தில் அமைக்கப்பட்டிருக்கின்றன.

ஆதியும் அந்தமும் கொண்ட கதை ரூபமான வடிவத்தைத் தமிழ் நாவல் புறக்கணித்து வெகுகாலம் ஆயிற்று. வாழ்க்கை என்பது இயக்கம். ஒய்யாரமான தோற்றமும் கம்பீரமான முடிவும் கொண்ட வரலாறு அல்ல. வாழ்க்கையின் ஒரு சின்னப் பகுதியைப் பிய்த்துக் காட்டியதுபோல் அமைந்திருக்கிறது இந்த நாவல். உணர்வுப் பதிவுகளையும் நிகழ்ச்சிக் கோவைகளையும் ஊடும் பாவுமாகக் கொண்டு நெய்யப்பட்ட வாழ்க்கையின் பெரிதுபடுத்தப்பட்ட ஒரு சிறுதுண்டு.

பெருமாள்முருகன் இந்த நாவலில் கையாண்டிருக்கும் சூழல் கூர்மையான சிலாம்புகள் கொண்டது. வசக்கேடாய்ப் பட்டால் கிழித்துவிடும் உக்கிரம் கொண்டது. சூழலுக்குத் தகுந்த அதீதக் கொச்சைமொழி பயன்படுத்தப்பட்டிருக்கிறது. உண்ணுகிறபோது 'மலம்' என்று கேட்டால்கூட ஓங்கரித்துக்கொள்கிற வாசகர்களுக்குச் சற்று சிரமமாக இருக்கும் மொழி. ஆனால் அனுபவப் பரப்பின் தீவிரத்தைக் கொண்டுவர முயலுகிற படைப்பாளிக்கு அதற்கெல்லாம் நின்று நிதானிக்க அவகாசம் இல்லை என்று தோன்றுகிறது.

'நிழல்முற்ற'த்தின் முக்கிய நாடகப் பாத்திரமான சத்திவேலுவின் அப்பா அறிமுகமாகும்போது அந்தத் தீவிரத்தன்மை அதிர்ச்சிக்குள் ளாகிறது.

"என்ன மசுருக்கு இங்க வந்த ... நாந்தான் சத்திவேலோட அப்பன். பாரு ... குட்டம் புடிச்சுக் கெடக்கறன். பிச்சை யெடுத்துக் கிட்டுத் திரியறன்னு எல்லாருக்குங் காட்டவா ... ஏப்பா ..."

துணியால் வேடு கட்டி வைத்திருந்த குண்டாவை எடுத்தார். அவிழ்த்துச் சோற்றை அவன் பக்கம் நீட்டினார்.

அவனுக்குக் கோபத்தில் மூச்சிரைத்தது.

"கண்ணு ... அரவூருக் கீர்த்தியில்ல, அவங்கூட்ல கெடாக்கறிடா. அங்க போட்டதுதான். உனக்குன்னு கொண்டாந்தன். நாங் கையிகூட வெக்கில ... இந்தாடா ... தின்னுடா."

"கெழட்டுத் தாயோலி ... நீ பிச்சை எடுத்துக் குடுக்கறத நாந் திங்கறதா? மூடிக்கிட்டு எந்திருச்சுப் போயிரு ஆமா."

மனித உறவுகளுக்கிடையேயான போராட்டங்களின் சின்னப் பதிவு இது. மத்தியதர வர்க்கமும் கீழ் மத்தியதர வர்க்கமும் தங்களின் எல்லாவித நடவடிக்கைகளையும் நியாயப்படுத்திக்கொண்டு அலையும் போது, அந்த அக்கறைகள் ஏதுமற்று, ஜீவித நியாயம் ஒன்றைக் கொண்டு மட்டும் திரியும் அடிமட்ட மனிதர்களின் இருப்பைப் புலப்படுத்தும் நாவல் இது.

கிராமத்தை நைத்துக்கொண்டிருக்கிறது நகரம். சூப்பி எறியப்பட்ட மாங்கொட்டை திக்குத் தெரியாமல் முளை விடுவதைப்போல் சிறு நகரங்களில், பெரு நகரங்களில் முளைத்து நிற்கிறார்கள் மனிதர்கள். காற்றுக்கும் மழைக்கும் வெயிலுக்கும் மோட்டார்களின் புகைக்கும் இயந்திரங்களின் மிருக இரைச்சலுக்கும் புடைபட்டு வாழ முயலும் ஒரு மாங்கன்றின் போராட்டம்தான் இந்த நாவல். மிஞ்சியிருக்கும் நமது சொரணையைக் கேள்வி கேட்கும் நாவல்.

படைக்கப்பட்ட பின்பு அதற்குத் தத்துவச் சாயம் பூசுவதும் அல்லது தத்துவச் சாயத்தில் முக்கி முக்கிப் படைப்புகள் செய்வதும் தமிழ்நாவல் உலகில் பழக்கப்பட்ட சங்கதி.

ஆனால் ஒரு நல்ல படைப்பாளி போதத்துடன் அதில் கிடந்து உழலுவதில்லை. ஏனெனில் அசலான மனிதர்கள் தத்துவங்களைச் சுமந்துகொண்டு திரிவதில்லை. பெருமாள்முருகன் இதை உணர்ந்து செயல்பட்டிருப்பதாக இந்த நாவல் மூலம் அறிந்துகொள்ள முடிகிறது.

கோவை **நாஞ்சில்நாடன்**
20-12-1993

(முதல் பதிப்பின் முன்னுரை)

நிழல்முற்றம் :
மயக்க நிலை வாழ்க்கை

ஒரு நூலை, குறிப்பாக ஒரு நாவலை வாசகராக அணுகுவதென்பது ஒருவிதமான அனுபவத்தையும் மொழிபெயர்ப்பாளராக அணுகுவதென்பது வேறொரு அனுபவத்தையும் ஏற்படுத்திக் கொடுக்கிறது.

'நிழல்முற்ற'த்தை நான் மொழிபெயர்ப்பாளராகவே அணுகினேன், வாசித்தேன். கதையோட்டம், கதாபாத்திரங்கள் ஆகியவற்றை அவற்றுக்கான, அவற்றிற்குரிய வரலாற்றுக் குணங்களுடன் எவ்வாறு மொழியாக்கம் செய்வது என்பதுதான் என் கவனத்தை ஆட்கொண்டது. எனவே கதை வரிகளுக்குள்ளும் வார்த்தைகளுக்குள்ளும் தேடித் துழாவி அவற்றின் பிரத்யேகத் தன்மையை இனங்காண்பதும் அவற்றுக்கு ஈடான ஆங்கிலச் சொற்களை, சொல்லாக்கங்களை உருவாக்குவதும் எனது வாசிப்பை வழிநடத்தின. 'நிழல்முற்றம்' காட்டும் உலகின் மொழிப் பயன்பாடுகளினூடாகத்தான் அது சொல்லும் கதையை, அறிமுகப்படுத்தும் கதைமாந்தர்களை நான் உள்வாங்கிக்கொண்டேன்.

இந்நாவலின் மொழியானது இருள், ஒளி, ஒளிமயங்கிய நிலை, ஒளி காட்டும் தெளிவான நிலை என்பன போன்ற காட்சியனுபவங்களைச் சார்ந்தும் அவற்றை வெளிப்படுத்தியும் செயல்படுகிறது. இக்காட்சியனுபவங்களைக் கதைமாந்தர்களின் வாழ்க்கைநிலை, மனநிலை, உறவுநிலை முதலியவற்றுக் கான குறியீடுகளாக, இவற்றை உணர்த்தவல்ல பிம்பங்களாக முருகன் கையாளுகிறார். சத்தியும் அவனது கூட்டாளிகளும் அரை மயக்கத்தில்தான் தங்களது நாட்களைக் கழிக்கின்றனர். வறுமையும் பசியும் கஞ்சாவும் இனந்தெரியா அன்னியோன்யமும் இணைந்து உருவாக்கும்

மயக்கமாக இதைக் கொள்ளலாம். கதைச் சம்பவங்கள் ஒளி மயங்குகிற நேரங்களையும் களங்களையும் பின்னணிகளாகக் கொண்டு விரிகின்றன. அதாவது கதைமாந்தர்களின் பிரக்ஞையை ஆட்கொண்டிருக்கும் மயக்கத்தை வெளிப்படுத்தும் நிகழ்வுகள்தான் கதையை நகர்த்திச் செல்கின்றன. சினிமாக் கொட்டகையின் அரை வெளிச்சத்தில் சத்தி அனுபவிக்கும் ஸ்பரிசம், விடியாத இரவின் ஒளிச் சலனங்களில் அவனும் நடேசனும் உணரும் பாசமும் பரிவும் கலந்த தோழமை, பார்வையாளர்கள் நீங்கிய சினிமா ஹாலில் முதலாளியின் குழந்தையைச் சத்தி அரவணைத்துக் கொஞ்சி விளையாடுதல் - மிக வறிய வாழ்விலும் இழையோடும் நளினத்தை, கவித்துவத்தைச் சொல்லும் காட்சிகள் இவை. முருகனின் உலகப் பார்வையை நாம் அறிந்துகொள்ள உதவும் கற்பனைக் கட்டமைப்பு களும்கூட.

வெட்டவெளியும் வெளிச்சமும் சத்தி போன்ற இளைஞர்களுக்கு வேண்டாதவையாக, வாழ்க்கையின் கொடூரத்தை நிகழ்த்திக் காட்டு பவையாகச் சித்திரிக்கப்பட்டுள்ளதும் பொருத்தமானதாக உள்ளது. காயும் வெயிலில் தன்னைத் தேடிவரும் குட்டரோகம் பீடித்துள்ள தந்தையைச் சத்தி கடிந்துகொள்ளும் காட்சி, காலை வெயிலில் கலந்துள்ள உஷ்ணம் கலந்த மூத்திரவாடை, பிற்பகல் சினிமாக் காட்சியைக் காணவரும் கூட்டம் ஏற்படுத்தும் சங்கடமான நெரிசல், இவற்றைச் சமாளிக்கச் சத்தியும் பிறரும் செய்யும் ஏமாற்று வேலை கள் என பகல்பொழுது ஈவிரக்கமற்றதாகவே விடிகிறது. அப்பொழுது ஈன்றளிக்கக்கூடிய ஒரே சுகம், ஆழ்கிணற்றில் குதித்துக் குளிக்க இளைஞர்களைத் தூண்டிவிடுவதுதான். கிணற்றின் நீரும் நீரின் குளுமையும் குளுமைக்கு ஆதாரமாக உள்ள ஆழமும் சத்தியையும் நடேசனையும் அவர்கள் சஞ்சரிக்க விரும்பும் சுதந்திரத்தைச் சாத்தி யப்படுத்தும் அரைமயக்க உலகத்துக்குள் கொண்டுசெல்கின்றன.

ஒளி மயங்கிய நிலைகளும் ஒழுங்கு என்று சமூகம் வரையறுக் கும் நடத்தைகளைக் கலைக்கும் நிகழ்வுகளும் செயல்பாடுகளும் எல்லா நேரங்களிலும் அரைமயக்க உலகத்துக்குரியவையாய், நிழல் களும் நிஜங்களும் ஒன்றை மற்றொன்று தழுவி, ஒன்றுக்குள் மற்றொன்று நுழைந்து உருவாக்கும் நயத்திற்கு ஈடுகொடுப்பவையாய் இருப்பதில்லை. சத்தியைத் தழுவத் துடிக்கும் படக்காரன் அரை இருளில் வாழ்பவன்தான்; ஆனால் அவன் காட்டும் ஆசையும் வெளிப்படுத்தும் ஆதங்கமும் மனதை நெருடுவதற்குப் பதில் பரி தாபத்தையே தூண்டுகின்றன. இந்த உறவில் பரிவில்லை, இதமில்லை. தேவையை மட்டுமே முன்னிட்டு இது மேற்கொள்ளப்படுவதாகக் காட்டப்பட்டுள்ளது.

சமூகத்தின் விளிம்புநிலையில் வாழ்பவர்களை மத்தியதர வாழ்க்கையில் லயித்துள்ள அறிவாளிகள் ஏக்கப் பெருமூச்சுடன் எதிர்கொள்வதும் அவர்களது வாழ்க்கையைக் கற்பனையார்ந்த

வாழ்க்கையாக, ஒழுங்குகளைக் குலைக்கும் ரொமாண்டிக் தன்மை யுடையதாகக் கொள்வதும் வழக்கம். தமது இயலாமையை ஈடுகட்டவும் அதன் எல்லைகளைக் கடக்கவும் இவ்வறிவாளிகள் நாடும் மயக்க உலகத்தை அதனளவில், அதற்குரிய தர்க்க - நியாயங்களை எவ்விதத் தன்னிலை விளக்கங்களைக் கொண்டும் நியாயப்படுத்தாமல் தமது மனக்கண்ணுக்குள் விரியும் காட்சிகளின் ஊர்வலமாக மட்டும் வடித்தெடுத்து முருகன் நமக்கு வழங்கியுள்ளார். சினிமா உலகத்தின் பகட்டுத்தன்மையைச் சாத்தியப்படுத்தும் நிழல் உலகங்களையும் சினிமா கொண்டாடும் ஒளித்திரைக்குப் பின் நிகழும் அன்றாட அவலங்களையும் சந்தோஷங்களையும் சினிமா காட்டும் கனவுலகத் திற்குப் பின்புலமாக உள்ள மயங்கிய உயிர்நிலைகளையும் முருகனின் உரைநடையும் கதைப்போக்கும் மிக லாவகமாக, நேர்த்தியாகச் சித்திரித்துள்ளன.

இந்த நாவல் சில சமயங்களில் கழிவிரக்கத்தையும் தன்வயப் படுத்தப்பட்ட ஏக்கத்தையும் வெளிப்படுத்தித் தனது கதை எல்லைகளை மீறிவிடக் கூடிய அபாயத்தை எட்டினாலும் அத்தகைய சௌகரியமான உணர்வுகளுக்கு ஆட்பட்டுப் போவதை வெற்றிகரமாகத் தவிர்த்துவிடுகிறது. முருகன் பேணும் எழுத்துக் கட்டுப்பாடும் சொற்களை விரயப்படுத்த விரும்பாத அவரது கலைத்தன்மையும் 'நிழல்முற்ற'த்தைக் கச்சிதமான கதை உலகமாக ஆக்குவதில் கைகொடுக்கின்றன.

சினிமா காட்சிகளை எடிட்டர் கத்தரித்து நீக்கும் சேர்க்கும் பாணியை நாவலுக்குரிய பாணியாய் உருமாற்றி, வார்த்தைகளைப் பேசும் காட்சிகளாக முருகன் அமைத்துள்ளது இந்நாவலின் சிறப்புகளில் ஒன்றாகும். வாழ்க்கையின் கனத்தையும் கலைஞனின் படைப்பாற்றலையும் இணைக்கும் புள்ளியாக நாவலின் வடிவம் அமைந்துள்ளது. வாழ்க்கையை லேசானதாக உணர்த்தும் வடிவமானது அவ்வாழ்க்கைக்குரிய உள்ளார்ந்த கனத்தைத் தனது கட்டுப்பாட்டுக் குள் கொண்டுவந்துவிடுவதால் நாவல் காட்டும் யதார்த்த உலகம் கற்பனையில் வடிக்கப்பட்டவொன்றாக வெளிப்படுகிறது. அதாவது வறுமையும் விளிம்புநிலை வாழ்க்கையும் சமூகவியலாளர் சொல்லும் செய்திகளாக அல்லாமல் கதைசொல்லியின் கற்பனைக்கு ஆட்பட்டவையாய் வெளிப்படுகின்றன.

வ. கீதா

காலச்சுவடு முதல் பதிப்பின் முன்னுரை (2005)

பெருமகிழ்ச்சி

என் நாவல்களில் அணுக்கமான வாசகர்களைப் பெற்றுத் தந்தது 'நிழல்முற்றம்.' விவரணை குறைந்தும் நுட்பம் மிகுந்தும் இருப்பதுதான் அதற்குக் காரணம் என நான் நினைப்பதுண்டு. எதையும் விவரிப்பதில் எனக்கு மிகுந்த ஆர்வம். இந்நாவலை எழுதும்போது அதற்கு எப்படியோ தடை விழுந்துவிட்டது. இதன் களமும் கதை சொல்லக்கூடாது என்று கொண்ட தீர்மானமும் விவரணையைத் தவிர்க்கச் செய்திருக்கலாம். இப்போது இத்தனை சிக்கனமாகச் சொற்களைப் பயன்படுத்தும் மனம் வாய்க்காது என்றே நினைக்கிறேன். பாராட்டுச் சொற்கள் எல்லாம் சம்பிரதாயமானதாக மாறிக் காதுகள் கசக்கும் இன்றைக்கும் இந்நாவலைப் பற்றி யாரேனும் பேச வந்தால் கேட்கும் ஆர்வம் பெருகுவதைத் தவிர்க்க முடிவதில்லை. ஆகவே இது மீண்டும் பதிப்பிக்கப் படுவதில் பெருமகிழ்ச்சி அடைகிறேன்.

மற்றபடி இப்போது சொல்ல என்ன இருக்கிறது? ஒன்றைக் கட்டாயம் தெரிவிக்க வேண்டும். இந் நாவல் முற்றிலும் கற்பனை; புனைவே ஆகும். இடப்பெயர்களும் மக்கட்பெயர்களும் அடையாளத் திற்காக வைக்கப்பட்டிருக்கின்றன; எவ்விடத்தையும் எவரையும் குறிப்பன அல்ல. உரையாடல்களில் இடக்கர்ச் சொற்களைப் பாத்திரங்களிடமிருந்து பிடுங்க இயலவில்லை. இத்தகைய சொற்களைப் பேசவும் கேட்கவும் காணவும் படிக்கவும் கூசுவோர் தயைகூர்ந்து நாவலை வாசிக்க வேண்டாம் எனக் கேட்டுக் கொள்கிறேன்.

இதை எழுதிய காலத்தில் உடனிருந்து ஊக்கம் கொடுத்ததோடு முதல் பதிப்பை வெளியிட்டுதவிய தோழர் சங்கர் என்கிற திருஞானம், கையெழுத்துப் படியில் வாசித்துக் கருத்துரைத்த சுகுமாரன், முதல் பதிப்புக்கு நல்லதொரு அறிமுகமாக அணிந்துரை வழங்கிய நாஞ்சில்நாடன், இதை ஆங்கிலத்தில் மொழிபெயர்த்ததோடு தம் அனுபவத்தை முன்னுரையாகப் பகிர்ந்துகொண்ட வ. கீதா, தொடர்ந்து பதிப்பித்துவரும் காலச்சுவடு கண்ணன் ஆகியோருக்கு அன்பும் நன்றிகளும்.

26–11–16 பெருமாள்முருகன்
நாமக்கல்

நான்காம் பதிப்பின் முன்னுரை